புகார்பெட்டியின் மீது படுத்துறங்கும் பூனை

சீனு ராமசாமி

டிஸ்கவரி பப்ளிகேஷன்ஸ்
எண்: 9, பிளாட் எண்: 1080A, ரோஹிணி பிளாட்ஸ்
முனுசாமி சாலை, கே.கே.நகர் மேற்கு,
சென்னை - 600 078. பேச: 99404 46650

வெளியீட்டு எண்: 0245

புகார்பெட்டியின் மீது படுத்துறங்கும் பூனை (கவிதை),
ஆசிரியர்: சீனு ராமசாமி©
Pugarpettiyin Meedhu Paduthurangum Poonai (Poems),
Author: **Seenu Ramasamy**©
Print in India
1st Edition: Jan - 2023
2nd Edition : March - 2024
ISBN : 978-93-95285-36-0
Pages - 296

Publisher • Sales Rights

Discovery Publications
No. 9, Plot,1080-A,
Rohini Flats, Munusamy Salai,
K.K.Nagar West, Chennai - 78.
Tamilnadu, India.
Mobile: +91 99404 46650

Discovery Book Palace (P) Ltd
No. 1055-B, Munusamy Salai,
K.K.Nagar West,
Chennai-600 078.
Ph: (044) 4855 7525
Mobile: +91 87545 07070

discoverybookpalace@gmail.com
WWW.DISCOVERYBOOKPALACE.COM

இந்த நூலில் பிரசுரமாகியுள்ள எந்த ஒரு பகுதியையும் எழுத்துபூர்வமான முன்அனுமதி பெறாமல் எடுத்தாள்வதோ, மறுபிரசுரம் செய்வதோ, மொழியாக்கம் செய்வதோ, ஊடகங்களில் மறுபதிப்புச் செய்வதோ, காப்புரிமைச் சட்டப்படி தடை செய்யப்பட்டுள்ளது. இந்த நூலிலிருந்து சில பகுதிகளை மேற்கோள்காட்டி நூல்அறிமுகம் செய்யலாம்.

உங்கள் மொபைல் போனிலிருந்து ஸ்கேன் செய்து 'டிஸ்கவரி புக் பேலஸ்' மொபைல் ஆப்பை டவுன்லோடு செய்து, புத்தகங்களை வாங்குங்கள்.

நா.முத்துக்குமாருக்கு...

ஆசிரியர் குறிப்பு

சீனு ராமசாமி 1973, அக்டோபர் 13ஆம் தேதி மதுரையில் திரு இராமகிருஷ்ணன்–திருமதி கோவிந்தம்மாள் தம்பதியினரின் முதல் மகனாகப் பிறந்தார். பள்ளிப்பருவத்தை சார்லஸ் பள்ளி மற்றும் டி.வி.எஸ்.பள்ளியிலும், தனது இளங்கலை கணித பட்டயப்படிப்பை திருமலை நாயக்கர் கல்லூரியிலும் நிறைவு செய்தார்.

இவர், தமிழ்மொழியின் மீது நாட்டமும் புலமையும் ஆழ்ந்த ஈடுபாடும் கொண்டு, பின் வெற்றுச் சொல், மிகை உணர்ச்சி கலைந்து, கவிதை உருவாக்கும் நவீன மரபில் இயங்கத் தொடங்கியபோது தன் கவிதைகளாலும் கவனிக்கப்பட்டார்.

ஆரம்ப நாட்களில் பாரதிராஜா, மகேந்திரன், பாலுமகேந்திரா, கே.பாலசந்தர் ஆகியோரால் உந்தப்பட்டு திரைப்படத் துறையில் அடியெடுத்து வைத்த இவர், பின் நாட்களில் உலக சினிமாக்களில் தன்னைக் கரைத்துக்கொண்டார்.

சத்யஜித்ரே நவீன யதார்த்த கலைமரபில் தன்னை இணைத்துக்கொண்டு இயங்கி வருகிறார்.

தனது இரண்டாவது திரைப்படமான ‘தென்மேற்குப் பருவக்காற்று’ திரைப்படத்திற்கு சிறந்த மாநில மொழி திரைப்படத்திற்கான தேசிய விருதையும் பெற்றார்.

2015ம் வருடம், தென் தமிழகத்தின் மிகப் பழமையான மதுரைக் கல்லூரி ‘பவளவிழா’ கொண்டாடியபோது மதுரையில் இவருக்கு ‘மக்கள் இயக்குநர்’ என்ற பட்டத்தைக் கொடுத்து கௌரவித்தது.

சத்தியபாமா பல்கலைக்கழகத்தில் கௌரவப் பேராசிரியராக இருக்கிறார்.

நவீன இலக்கியமும் அதேசமயம் மணிக்கொடி எழுத்தாளர்களின் வழியே செவ்வியல் மரபை அறிந்து அதன் அனுபவப் பெருக்கில் கவிதைகள் எழுதியும் காட்சி ஊடகத்தில் பயணிக்கிறார்.

கலையும் வாழ்வும் நாளும் பொழுதுமாக சீனு ராமசாமி அவர்கள் பொன்விழாவில் அடியெடுத்து வைக்கும் தருணத்தில் 'புகார்பெட்டியின் மீது படுத்துறங்கும் பூனை' கவிதைத் தொகுப்பு வெளி வருவது குறிப்பிடத்தக்கது.

○

என்னுரை

அன்பானவர்களுக்கு வணக்கம்,

இலக்கியங்களின் மதிப்பீடு என்பது
காலத்தின் திறந்த வெளியே
நிரந்தரத் தீர்மானமெனும்
நம்பிக்கையின் உண்மையில்
முன்னுரைகள்
கருத்துரைகள்
இன்றியும்

மூத்தோர்கள் பலர் தன் வாழ்வை ஈந்து உண்டாக்கிய பரந்த கவிப்பரப்பை நன்றியுணர்வோடு எண்ணியபடி
இக்கவிதைகளை
சமர்ப்பிக்கிறேன்.

காலத்தின் நினைவிற்கு கவிதைகளைத் தந்து பெயர் தெரியாமல் தமிழில் கரைந்த சங்கப் புலவர்கள் யாவரும் என் முன்னோர்கள். அவர்கள் இப்பாதைக்குத் துணையிருக்க வேண்டுகிறேன்.

இக்கவிதைகளைச் சேகரித்து,
அவை வெளிவரவும் காரணமான மனைவி தர்ஷணா மகள்கள் தியானா, திவ்ய ரஞ்சனாவுக்கு
என் அன்பு முத்தங்கள்.

நூலாக்க உதவிக்கரம் தந்த
நண்பன் அய்யப்ப மாதவன்
சகோதரி மதுமிதா
நூலட்டை ஓவியம் வரைந்த கலை இயக்குனர் தேவா
இத்தொகுப்பை
தனது டிஸ்கவரி பதிப்பகம் மூலமாக
வெளியிடும் இளவல்
மு.வேடியப்பனுக்கும் எனது
நன்றியும் அன்பும்.

எனது கவிதைகளை வெளியிட்டு ஊக்கம் தந்த இதழ்களுக்கு நன்றி.

விஜய் சேதுபதிக்கு
நெற்றிமுத்தம்.

சீனு ராமசாமி
seenuramasamy1975@gmail.com

உள்ளடக்கம்

தாய் ஒருத்தி	13	நோக்கம்	80
நடுஇரவில்	15	கலையுணர்ச்சி	83
சிறு ஓடையின் காலம்	20	அறிதலின் ஞானம்	86
மேரியின் ஆட்டுக்குட்டி	24	வெயில் பெண்	87
அம்மு	27	விபூதி	89
யுக்தி	29	ஆளுக்கொரு திசையுண்டு	90
பிரிவு	30	நிலத்தின் வயிற்றுக்குள் ரயிலும்	
நாள்	32	திராவிடப் பகையும்	92
மலைப்பேச்சு	34	பூத்துவிட்டது	94
நினைவு பூ	37	பொறுத்தல்தலை	95
கதையல்ல	38	யானை மகள்	96
நிஜத்தின் கனவு	40	முன் பின்	97
மந்திரச்சொல்	43	வாழவேண்டின்	98
தவம்	46	சக்தி	99
உயிர்	47	பகல் கவிதை	103
நினைவோடை	50	என் கருத்து	106
தர்மம்	52	இயற்றல்	107
காதலன்	54	போற்றும் காலம்	108
மனவினை	57	கவியின் கருணை	111
முத்துப்பேச்சி	59	பட்டம்	112
பாசம்	62	தகப்பன் என்பான்	114
ஆழ்மனம்	63	பாசக்கிறுக்கு	116
நினைவு தப்பல்	64	களம் கதை அல்ல	118
அந்தி	66	சொல் செயல்	120
வேட்கை	69	நகரத்தின் குழந்தைகள்	123
ஜன்னலைத் திற	71	மஞ்சள் பூ நண்பன்	125
தரிசனம்	74	மழையின் இசை	128
ஸ்டெல்லா	76	நெடுந்தூரம்	230

தயாபரணி	133
சுழல்விதி	135
புரட்சி	139
ஒருவனல்ல	140
வாழ்த்துகிறேன்	143
கருநீலத்தின் ஒளி	145
விரும்புகிறேன்	146
அகங்காரம்	147
என்னிடம் உள்ளது	150
சாயல் வாழ்வு	151
கவிதை காரிகை	153
மழை குழிக்கும் நகரம்	154
பலத்த மழை	157
உறுதியோடும்	160
ஒன்றிலிருந்து	162
வேர் பலம்	163
கலைவியாபாரம்	164
திரிப்போர்	170
தலைவன்	171
உருவமற்றது	173
சுயம்பானவன்	174
காசி	175
அன்பின் வாதை	176
நீங்கும்	178
குஞ்சுப்பறவை	179
நடிகவேளின் கேள்வி	180
அமைதி நாள்	181
குணம்	183
கல்லாப்பெட்டி ரகசியம்	184
ஊக்கக் கயிறு	185
கூந்தல் விரித்தனள்	187
நிலமறி	188
கவிதை யாது	189
கரைபவன்	190
நிறமில்லை	191
சேவல் மார்க் சுருட்டும் செவ்விள நண்டுகளும்	192
புலித்தடம்	193
பிரார்த்தனைகள் மிதக்கும் பெருநகரம்	194
பணயம்	196
சிறு கவிதைகள்	197
கைவசமாகும் வித்தை	198
நிலத்தவன்	199
உந்து	200
நகரத்தின் பூர்வீகம்	201
அழைக்கிறது	202
தேடல்	203
வார்ப்பு	204
நவீனக் கிணறு	205
மூத்த உயிர்	206
பாப்பா	208
துணிவற்ற இசை	209
நோய் மாற்றும்	211
வாக்கு	212
கணக்கன்	214
அலுமினியப் பறவையின் சிறகிலிருந்து...	215
மனிதனால் வந்த நோய்!	217
நினைவில் காற்று	220
வியர்வை உணர்தல்	221
இசைஞன்	222
இணையதளத்தில் உறையும் கதைகள்	224

நினைவுக்கூடம்	226	மயக்கநிழல்	259
ஒரு வீட்டைப் பற்றிய உரையாடல்	227	வெக்கை காலத்தின் இசை	260
		ஆக்ரமிப்பு	261
வழித்தடம்	228	வான் மிருகம்	262
வருகை	229	அகதி	263
திறந்திருக்கும் கதவுகள்	230	இரவு குரல்கள்	264
அமரர்	231	ஏங்கும் மனம்	265
நள்ளிரவு	232	பிளவுபட்ட தருணம்	266
அதிர்வு	233	செல்ல மூக்கின் மீது ஒரு முத்தம்	267
கடக்காமலேயே	234	தாகம்	268
பின்புலம்	235	கோணம்	269
தத்துவம்	236	கருணை	270
அலைச்சல்	237	ஒளிரும் உருவங்கள்	271
மலையறிதல்	238	வீட்டு மிருகம்	272
தோற்றம்	240	காஞ்சிக் கவிஞன்	273
காசு கேட்கிறாள்	241	வைராக்கியம்	276
இசை என்னிடமில்லை	242	எட்டயபுரத்தவரின் தோழர் வ.உ.சி	277
மின்னல்	243		
குற்றம்	244	குரு அறிதல்	279
கூடல்	246	வாழ்ந்தது	280
துன்பச்சுழல்	247	நள்ளிரவு மூன்று மணி	282
உனக்கும் எனக்கும்	248	உருகும் விண்ணப்பம்	283
பால் சுண்ணாம்பு	249	ஓர் இசைராஜனுக்கு	284
பிரயோகம்	250	உன் நாமம் பாடியவன்	286
புறக்கணிப்பு	251	நீர்ப்பாதைகள் உண்டு	288
ஆரம்ப சுகாதார மருத்துவமனை	252	தாய்கள்	289
மகள் பேச்சு	254	பராசக்தி	290
வரம்	255	மின் பாய்தல்	292
உடன் வந்த உயிர்	256	தொற்றுடையாள்	294
பகல் சூரியன்	258	எதிர்விளை	296

தாய் ஒருத்தி

கரையெல்லாம் பதறி ஓடிய
காலடித்தடங்களின் மேலே
பாதி பனை எழுந்த
பேரலையின் உயரம் பார்த்து
தார்ச்சாலையில் கூதல் அண்டிய
இளங்கருத்த அக்காலைப்பொழுதில்
நிகழும் விபரீதம் தெரியாது
அச்சாலையில்
சிரிப்பாகச் சிரித்தாள்
கைவிடப்பட்ட தாயொருத்தி...

ஓடுபவர்களையும்
விரட்டுவதையும்
பார்த்தவாறு
எழுந்து நின்றாள்.

பல லட்சம் உயிர் பருகிய
கோர அலையின்
ஒரு சொட்டுநீர் அவளைத்தாண்டி
நகருக்குள் நுழையவில்லை
பார்த்த நான் சாட்சி.

அவளின் கைத்தடியால்
இரக்கமற்ற அலையின் தலையில்
அடித்து விடுவாள் என்ற
அச்சத்தில்
அவை சக்தியற்று
திரும்பியிருக்கலாம்.

அவளும்
அதற்குத்துணிந்திருந்தாள்.

○

நடுஇரவில்

அதன்
நெஞ்சில் மோதிய வாகனம்
நொறுங்கி
பெரும்பாலும் பலர்
உயிர் தப்பியதில்லை

இருபுறமும் அடர்ந்த
அதன் சாலைகளில்
தூக்கம் பெருக்கெடுக்கிறது
வாகன ஓட்டிகளுக்கு

காரணம் புளியமரங்கள்
ஆனால் அது மரங்களில்லை

இரண்டாந்தாரமாக
வாக்கப்பட்டவள்
தொங்கிய
மர்மம்
அது மட்டுமே அறியும்

நினைவு தப்பிய மூதாட்டிக்குச்
சுருண்டு படுத்துக் கிடக்கவும்
அது விரிந்து நிற்கிறது

தவசிகள் அதை நாடுவதில்லை
தியான விழிப்புக்கு
உகந்த இடமில்லை
ஆயினும்
கலப்பையைச் சாற்றிவிட்டு
உறங்குபவனுக்கு
அடர் நிழல் தந்திருக்கிறது

காக்கைகள்
தன் கூட்டை
அங்கு கட்ட அனுமதிக்கிறது
ஒரு குஞ்சைக் கீழே தள்ளி
பாசத்தை வேவும் பார்க்கிறது.

அதன்
கரிவளி வாயு
அடித்து
பலஹீனன் மாண்டபழி
மரத்தில்
வாழும் உருவமில்லாத
முனியின்
மீதே விழுந்தது.

குறைப் பிரசவ உயிரினங்களின்
சடலங்கள் கட்டிய
அதன் தேகத்தில்
நாற்றமில்லை
நறுமணமும் இல்லை
அதன் செழிப்பில்
குறையில்லை.

எவரும் நீருற்றவில்லை
எப்படியோ
வளர்ந்திருக்கிறது

துர்ஆவிகளின் முடியை
அதில் அறைவது
பின்பு
திரும்பிப் பார்க்காமல் போவதும்
அவளுக்குச் சொல்லப்பட்டிருந்தது,

நாகவிஷ
மருத்துவ வடக்கான்
விளம்பரத் தகரத்தை
அதன் மர்ம உறுப்பில்
நள்ளிரவில் அறைகிறான்.

சீனு ராமசாமி

இதன் பின்னே இருந்து
மல்லிகை சூடியக் கிளத்தியொருத்தி
தனியாக
லாரிகளை வெளிச்சத்தில் வந்து
மறைக்கிறாள்
அணையாத
இஞ்சின் சப்தத்தில்
கிளீனர் பையன் மீது
உதிர்கிறது மரத்தின் எதிர்ப்புணர்ச்சி.

இலக்க எண்கள்
அதற்கு உண்டு
ஆனால்
வீடென்று ஏற்க
எவராலும் இயலாது
அதன் வேரில் நானும்
தெய்வங்களைப்
பார்த்ததில்லை.
சினிமாக்களில்
ஆந்தைகளின்
நெருக்கமான காட்சி
புளியமரத்தில்
பதிவு செய்யப்பட்டது.

ஒவ்வொரு
வீட்டின் வயிற்றுக்கும்
கரைக்கப்படுகிறது
முதுகு காய்ந்த
அதன் பழம்,

பேச்சறிய அதன்
எரியும் அனலின்
அதிரும் உஷ்ணம்
உணர்தல் அவசியம்.

அரளிவிதை பச்சையையும்
எலி பாசானத்தையும்
உன்னிக் கக்கி
சாவை முறித்து
அவனுக்கு
வாழ்வளித்திருக்கிறது
புளிக்கரைசல்

வெல்லத்தோடு
புளிச்சாறு பானாக்கரமாக
கலந்தருந்திய அவனோ
வெயிலின் உஷ்ணம் தணிந்த
பாதயாத்திரீகன்
பக்தியின் பலம் அறிந்தவன்
வாழ்பவனுக்கு
எத்தனையோ உண்டு
நிறைவேறாமல்
பாதியில் செத்தவனுக்கு
புளியமரமே கதி
என்றாகிப் போயிற்று...

O

சிறு ஓடையின் காலம்

நாகத்தின்
மெலிந்த குட்டியொன்று
நீந்திக் கடக்கும்
சிறு ஓடையின் காலம்தான்
உன்னோடு நானிருந்தது
உயிரே

உனது பூச்சங்கு கழுத்தில்
ஓடும் சுனையின் வெப்பம்
மூடமுடியாதபடி
கொதிப்பதாகக் கூறிய நாட்களில்
உலையின் மூடி திறந்து
எனது அன்பை
ஒரு முகூர்த்தத்தில்
கொட்டி வேக வைத்தேன்.

அன்பில் அடங்காது
காயம்பட்ட கழுகுகெனவும்
உச்சி மலையில்
உருண்ட முட்டையெனவும்
அதன் கனவுகள்.

அவ்விரவில்
கண்ணீர் விடும்
செம்பருத்தியின் வேரில் கிடந்த
கோடாரிக் காயங்களை
நான் நீக்கினும்
அது ஆறும் புண் அல்ல
தழும்பின் காயங்கள்
அழியாதென அறிந்தபோது
உன் கடவுளின்
இதயத்தின் முன்னே
என் மெழுகுவர்த்திகள் எரிந்தன.

பகலில் புன்னகைக்கும்
உனது வெள்ளை முயல்
சாந்தமுடைய காட்டுவாசி

மதியம்
கெஞ்சிக் கொஞ்சி நக்கும்
விசுவாசமுடைய
வாலாட்டும் நாய்.

சீனு ராமசாமி

இரவு
தொடும் நிலவென
முழுதாக வெண்மை காட்டி
கலங்கலற்ற நீரில்
தெரியும்
உன் முழு உடலில்
கசிந்த பலாச்சுளை
நறுமணத்தைப் பருகி
ஊர்ந்து உன்
பாதி இச்சையின்
பாதையில் குறுக்கிடும்
காட்டு மதயானைகளை
யென் செய்வேன்.

உன் வனத்திருந்து
விடைபெறும் நாள்
என்பதை விடவும்
உனது வாழ்நாள் அளவு
என்னோடு
அவ்வளவுதான்

உன் அன்பின் அளவும்
அவ்வளவே என
உணரத் தலைப்பட்ட நாளில்
மிகவும் வருந்தி அழும்
மழலையின் குரலானது
என் குரல்.
பழக்கப்பட்ட குதிரை
புதிய இடத்தில்
அதன் கடிவாளங்கள்
கழற்றப்பட்டன.

பித்தேறிய பாதைகளில்
களைப்புற்றுத்
தன் கரையேறியது
அதன் கால்கள்.
எப்படியோ
உனக்கும் நன்றி சொல்லும்
எனது விருப்பத்தில்
மாற்றமில்லை கண்மணி.

மேரியின் ஆட்டுக்குட்டி

தனித்தலையும் செம்மறிக் குட்டிக்கு
அதன் மலைப்பாதைக்கு
இட்டுச் செல்லும் வழி
தெரிந்தால்
போதுமானது.

அது குதூகலத்துடன் விரைந்து
தன் இனத்தின் காலடிச்சுவடுகளின்
துணையோடும்
அது தந்த சேர்ந்திசையின்
நினைவோடும்
வீடடையும்.

இம்மலைப்பிரதேசத்தில்
சிங்கமோ சிறுத்தையோ
கூட்டமாக வந்து பாயும்
செந்நாயோ இல்லை.

மலைவேடன் கூட
பனிக்காலத்தில்
அம்புகளைத்தொடுவதில்லை.

பறக்கும்
பச்சை இலை
பட்டாம்பூச்சி என்றெண்ணிப்
பின் தொடர்ந்த
சிறுமியைப் போல
மேய்ப்பனின் பாதையிலிருந்து
விலகிவிட்டது செம்மறிக்குட்டி.

ஆட்டைக் கிடையில் அடைக்கும் போது
மேய்ப்பனுக்குத் தெரியக்கூடும்
ஒரு குட்டி
காட்டில் தன் அறியாமையாலும்
சாகச குணத்தின் துணிச்சலிலும்
தொலைந்த கதை.

வேட்டை நாய்கள்
பனிக்காலத்தில் கண் அயராது
நன்றியின் வால் வெட்டப்பட்டு
அலைந்தபடி இருக்கும்
விளக்கெறியும் அவ்வீட்டுக்கு
உதவிக்கு குரலெழுப்பிச்
சென்றுகொண்டிருக்கிறது
செம்மறிக்குட்டி.

மேய்ப்பன் கிடையில் அடைபடும்
குட்டிகளை எண்ணத்
தொடங்குகிறான்.

மண்டியிட்டு ஜெபித்துக் கொண்டிருந்த
மேரிக்கு உதவ
நாய்களின் கண்களைக் குருடாக்கி
செம்மறிக்கும்பாதையை இருட்டாக்கி
முன்னேறிச் செல்லும்
அதன் வாதையின் திசையை
திகைக்கச் செய்வார்
துயர்மிகு சாவை அறிந்தே
நட்சத்திரம் ஒளிர்ந்து
வழிகாட்டி
பிறந்த
சிசுபாலன்.

மேய்ப்பன் குரல்
தூரத்தில் கேட்கிறது.

இருள் நிறைந்த
காடு அதை எதிரொலிக்கிறது.

பள்ளியிலிருந்து இன்னும் வீடு வராத
மகளின்
காட்டு வழிப்பாதையை
சிசுவிடம் ஒப்புவித்து
மண்டியிட்ட
மேரிக்கு தெரியாது
காட்டில் எல்லோருக்குமாகிவிடும்
ஒரு கசிந்துருகும்
ஜெபம்.

◯

அம்மு

எந்நேரத்திலும் என்னை நீங்கிவிடும்
ஒரு விதமான
மனநடுக்கத்திலேயே
என்னை வைத்திருப்பதில்
அப்படியென்ன
உனக்கு கிடைத்து விடும்
அம்மு...

நீ தூக்கித் திரியும் அளவுக்கு
ஒரு வளர்ப்பு பிராணியாகவே
என்னை ஆக்கி விட்டாய்...

உன் அன்பின் சாலையில்
சவலை பாய்ந்திருந்த எனக்கு
அது தவறாகப்படவில்லை

ஆனாலும்
எப்போது வேண்டுமானாலும்
என்னை வெளியேற்றி விடுவாய்போலத்தான்
இருக்கிறது
உனது ஒவ்வொரு
பறக்கும் தாவணிப் பார்வை..

அப்படிச் செய்யாதே
சூழ்ந்து கொள்ளும்
இரவைப் பற்றிய குழப்பங்கள்
பயங்கரமானவை.

நீ நீங்காதிருக்க
என்ன செய்யவேண்டும்
என்பதை சொன்னால்கூட
அதை மமதை இன்றிச்
செய்யத்துணிகிறேன்.

ஒரு கவிதை எழுதி
இவ்வசந்த காலத்தில்
உனக்கு சமர்ப்பிக்கவா?

சுதந்திரக் கவிதை எழுதும் எனக்கு
அடிமைச் சங்கிலிகள் இடுவது
நியாயமா அம்மு...

இப்பதட்டம் தேவையற்றது
எனினும்
இதன் தத்துவ விளக்கம் தருதல்
என் பொறுப்பு.

வெகு காலமாக
பெண்களுக்கு
ஆண்கள்
இதையே செய்து
முதிய காலங்களில்
அன்பறிய ஆளில்லாமல்
நலிந்தார்கள்.

அவ்வளவுதான்
நான் சொல்ல முடியும்.

○

யுக்தி

ஆப்பிள் பழக்கூடையில்
கலந்திருந்தன ஆரஞ்சுகள்.

பழங்களில்
பேதங்கள்
உண்டு தான்.

நிறமாக
குணமாக
பிறப்பிடமாக
ஒன்றை
உரிக்கவும்
ஒன்றை அறுக்கும்
படியுமானவை.

ஒன்றுக்கு விரல் நகமெனில்
ஒன்றுக்கு சில்வர் கத்தி.

இவ்விரண்டும் சரியாக
பிரயோகிக்கத் தெரிந்தவளிடம்
சிக்கிக்கொண்டது
மூவர் கூட்டணியில் உருவான
பலாத்காரக் கும்பல்...

பழங்கள் நறுக்க..
நகங்கள் உரிக்க..

பிரிவு

நீ வெளியேறச் சொன்ன
அவ்விரவில்
தேவகுமாரனின் பிறப்பை
வழிகாட்டப் போன நட்சத்திரம்
திகைத்தது
துயரமானது.

அவனோ
உன் கருப்பு வெள்ளை
நிழற்படமொன்றை கட்டிப்
பிடித்தபடி
போக மறுத்தான்
தென் திசையில்
தலைவிரித்த
தென்னைகள் காற்றில் பதறின.

நீ வார்த்தைளை
ஆயுதக்கிடங்கில் இருந்து
எடுப்பவள்.

தன்மானத்தை
உன் தோளின் வசீகரத்தில்
புதைத்த அவன் உதடுகளுக்குக்
கடைசியான ஒரு உள்அழுத்த
முத்தமிட்டபடியும்
அடிவயிற்றில் சொருகிய
உனது வாள்
அவன் இரைப்பையில் இறங்கியது

உன் பசித்திருந்த கனவின் மீது
மணல் வீடுகள் கட்டியவன்.

அன்று
அவனது
இல்லத்தின் கனவு அலைகள்
வலித்தன துடித்தன.

முள் குத்திய
பழைய பாதையின் தடத்தில்
தொட்டாச்சிணுங்கியின்
ரோமக் கால்கள்
கனவில் சிலிர்க்க

அன்று
உன் ஜன்னலில் பாய்ந்த
வெளிச்சத்தில்
இன்னும் உறங்கும் நிலையில்
வந்த கனவினைத்
தொலைக்கத் தெரியாமல்
அவன் இருக்கிறான்.

○

சீனு ராமசாமி

நாள்

நாள் என்பது நாளல்ல
பின்பொரு சமயம்
ஏங்கித் தவிக்கும்
நினைவு.

நாட்களை
விதைத்தவர்களுக்கு
திரும்பும்

கண் தெரியாதவனின்
ஊன்றுகோலுக்குக்
கண்ணாகிறவன்
பாதங்களில்
தைக்க காத்திருக்கும் முட்களை
காலம் எடுத்துவிடும்.

எதாவது ஒரு பருக்கை
எவருக்காவது போகும்படி
செய்பவன்
பட்சிகளின் கனவில் வரும்
மகாராஜன்.

தெருவில் நின்று
குரல் தெறிக்கத் தரும்
குரலாக அல்ல
அப்படிக் காண்போர்களுக்கு
தரும் ஒரு டம்ளர் தண்ணீர்
அதுபோதும் அந்நாளுக்கு

நாட்களில்
சேமிக்கப்படும் எல்லாம்
ஒரு நாள்
நம்மைக் காண விரும்பும்
நாள்
அது எதுவாகினும்.

O

மலைப்பேச்சு

மலைக்குச் செல்லும் பாதைகளில்
நடக்கும் விபத்துக்களுக்குப்
பின்னணியில் இருக்கும்
காரணங்களின் முடிவுக்குள்
மர்மம்
அதன் கொண்டை ஊசிகள் போன்று
வளைந்திருக்கும்.

நிறுத்த முடியாது
தெய்வ குற்றமென
ஓட்டியவனின் நம்பிக்கையைத்
திருப்பி
மலையில் உருண்ட வாகனம்
அறியாது
அது
குருட்டுக் குரங்கு
ரோட்டைக் கடக்கும்
முயற்சியின் வினையென்று,

அவ்வேளையில்
துணையின்றி
குரங்கு வர நேர்ந்த
மலைவாழ்வின்
ரகசியம் என்ன??

துள்ளத்துடிக்க
குதிக்க ஒருவனக்கு
பனிக்குளிர் தைரியமாவதும்

இடறி விழுபவனுக்கு
மரக்கிளை கைவிட்டு
முடிவு தருவதும்

யானைகளுக்குப்
பாதங்களில் சரியாது
மண் அடர்ந்து
மேடுறுத்தி விடுவதும்
புதிர்.

இங்கு புதிர்
புதிரல்ல?

மரங்களை
வெட்டுபவன்
தீ வைப்பவன்
காட்டைக் குடைபவன்
இவனெல்லாம்
உள்ளிருந்து வாழ்வதில்

காடு
வேடிக்கை பார்ப்பவனைப்
பலியிடுகிறது.

சிறு தெய்வங்களின்
அரசாட்சி அங்கு இல்லையா?

போராட்டக்காரர்கள் எங்கே போயினர்
என்றெல்லாம் கேள்விக்கு பதிலற்று,
காற்றிடம் முறையிட்டுத் தோற்று,

வேடிக்கை பார்க்க வருபவன்
ஏதும் செய்யாவிடினும்
வேடிக்கை பார்ப்பவன்
வேடிக்கை மட்டும்
பார்ப்பது பொறுக்காமல்
தார்ச்சாலையின்
மீது
மலைச்சரிவென
உடம்பைக் குலுக்குகிறது.

இடறியவனின்
கவனக் குறைவையும்
குதிப்பவனின்
சுயநலத்தையும் அறவே
வெறுக்கிறது மலை.

◐

நினைவு பூ

பவளமல்லி
தோட்டத்து வீட்டில்
அவளின் சாகச முத்தம்
அருளப்பட்ட இரவில்
எச்சிலோடு
உள்ளிழுத்த வாசத்தை
நேற்று
அவ்வீட்டில் உணர்ந்தேன்.

செடியில் சிவப்புக் காம்புடைய
வெண்தலைப் பூக்களைக் காண்கையில்
அதன் வாசம்
அவளின் சத்தமற்ற உஷ்ண சிரிப்பு.

பருவத்து வயதில்
நம்பி தந்த
தேகத்தினைத் தொட்டதுபோல்
ஒரு பூவைத்
தொடுங்கால்
ஒரு கணம்
எங்கோ
ஒரு நொடி
தாமரை இலையின் நீர் நிழலில்
நீந்தும் சிறு மீனின் சிலிர்ப்பு
அவளுக்கு உண்டாகுமெனில்!

ஆளற்ற
இவ்வீட்டில்
பெண் தெய்வம் உண்டு...

○

சீனு ராமசாமி

கதையல்ல

அடிச்ச வெயிலுல
கிறுக்கு முத்திருச்சா
தெரியல
எதையோ தேடுது
எதுக்கோ தேடுது

கள்ளி ஒடிச்சா
பாலொழுகும்
கிழவி மூக்கச் சிந்தித் தானமூதா
நெத்தமில்ல
வடியும்

அவ கதையில
விதையிருக்கு
ஆருக்கும் தெரியல

குனிஞ்சு நாத்து நட்டே
குறுக்குச் செத்த பொம்பள
தார் ரோட்ல
நிக்கிதப்பா
தனியாவே தவிக்குதப்பா

வரப்பு வழி ரோட்டத் தாண்டி
பள்ளிக்கொடம் போற பய
கூட்டியாந்து
ஒரு ஓரமா ஒக்கார வச்சான்.

நாலு எட்டு வைக்க
முடியல
நாங்குவழி சாலையில
தண்டட்டிக் கிழவி
மறுபடியும் நிக்குது
தனியா தவிக்குது
நிக்காம
வெரசா
போகுதய்யா காருங்க
கிழவி உழுத நிலத்துமேல
கிழவென் செத்த கிணத்துமேல.

O

நிஜத்தின் கனவு

அவனைத்
துப்பாக்கியால்
பிட்டத்தில்
ஒரு முறைதான்
சுட்டேன்.

பின் பக்கம் கை வைத்தபடி
வலியில் பேசமுடியாமல்
சரிந்தமர்ந்தான்

தரை
கட்டில்
நாற்காலி
கலையரங்கம்
மேடை
விமானம்
புகை வண்டி

எதுவாயினும்
துரோகத்திற்கான
மன்னிப்பும்
இனி துரோகிக்கக்
கூடாதென்கிற
நினைப்பும்
ஒவ்வொரு அமர்விலும்
அது உணர்த்தும்

இதுதான் பிட்டத்தில் சுடுதற்கான
நன்மைகள்.

நாய்
வாலறுக்கும்
குணவான்களின்
காரணம் வேறாயினும்
அங்கிருந்தே
இம்முடிவை எடுத்தேன்.

மேற்கொண்டு
சுடுவேன் என்றெண்ணிய
பைத்தியக்காரன்
கத்தத் தொடங்கினான்.

டிரைவிங் லைசென்ஸ்
இல்லாத காரணத்தால்
கார் வரவில்லை

நாளை வெளியாகப் போகும்
தலைப்புச் செய்திகளை
எண்ணியபடி

நள்ளிரவு மாடு
ரோட்டில் அசையிடுவது போல
எனது பனிக்காற்றில்
சைக்கிளில்
அவ்விடத்தை விட்டு வெளியேறினேன்.

நிஜத்தை அடுக்குகிறது
கனவு.

○

மந்திரச்சொல்

நீண்ட
நெடுநேரம்
தும்பைச் செடிகள் அடர்ந்த
காட்டில் அதன் ஒற்றையடி
செம்மண்ணில்
மெதுவாக
பின் தொடர்ந்து
நெருங்கி

கண் கூசும் மாலை
செம்பழுப்பு நிறத்தில் ஒளிரும்
வண்ணத்துப்பூச்சிதனை
தனதாக்கும் லாவகம் போதவில்லை,

நெருங்க நெருங்க
பறக்கிறது
ஆகாயத்தில்

சிறகற்ற என் பிள்ளைக்கு
ஏது வழி

சீனு ராமசாமி

வண்ணத்துப்பூச்சி
பிடிப்பது பற்றிய
பயிற்சி இல்லை
என் இனிய நகரத்துப்பள்ளித் தலமதில்

ஒற்றை ஜடையில்
பிளாஸ்டிக் பட்டாம் பூச்சி ஒற்றியிருக்கும்
டீச்சர் அறியுமா
பட்டாம் பூச்சிகள் பிடிக்கும்
சிரமமும் சூட்சுமமும்

நாங்கள் இருப்பதோ
கொசுக்கும் புகைக்கும்
அஞ்சிய
உயர்மாடி குடியிருப்பு.

அவ்வளவு உயரத்திற்கு வருவதில்லை
இப்பூச்சிகள்.

ஒரு கையில் தட்டானும்
மறுகையில்
பட்டாம்பூச்சியும்
ஏந்தி
காலாங்கரை ஓடையில்
நீந்திய பாலகன் நான்

நகரத்தில் ஏது
நான் கண்ட வாழ்வு
உண்ட உணவு.

சற்றே குரல் உயர்த்தி
கவியென்ற ஸ்தானத்தில்
தும்பைக் காட்டின் வெளியில்

அப்படியே அசையாமல் நில்
உன்மீது பட்டாம்பூச்சிகள்
வந்தமரும் பூமகளே !

எவர்க்கும் நன்மை
பயக்கத் துணிந்த ஏமாளியின்
சொல் அல்லவா ?

மகளின் தலைக்கு மேலே
வட்டமிட்டன பஞ்சவர்ணங்கள்.

○

சீனு ராமசாமி

தவம்

அருந்தவம் செய்
யோனி வழி காற்றைக் குடி

தலைகீழ் நில்
மூளைக்கு பரவட்டும்
பாத ரத்தம்

நெற்றிப் பொட்டில்
கூடடையட்டும்
கவனம்

மனச்சிறகு உலர்த்து
சாந்தம் நிறை

பூங்காவில் ஓடுகிறார்கள்
நடக்கிறார்கள்

எவரிடம்
கேட்பாய்?
எப்படிக் கேட்பாய்?

நீ கண்மூடி
லயித்த கணத்தில்
களவு போன
அலைபேசியை
எப்படி மீட்பாய்?

நான் அங்கிருந்துதான்
உன்னைப் பின் தொடர்வேன்.

உயிர்

மூத்தவளுக்கு பசித்தால்
தவழ்ந்து அடுக்களைக்குள் நுழைந்து கைகளைத்
தூக்குவாள் கண்களில் கேட்பாள்
காய் காய் என்பாள்.

இளையவள் ஒருத்தி உண்டு,
நண்பகலில் மிகச்சரியான நேரமதில் எங்கிருந்தோ
வெயிலோடு
சில சமயங்களில்
மழையோடு
காற்றோடு
ஆகாயத்தின் பால்வெளியில் பிரிந்த விண்கலம்ஒன்று
வீட்டின் ஜன்னல் வந்தது போல் வருவாள்.

சில சமயம்
அவசரமாகக் கிளம்பத்தான் ஆர்வம்
சாம்பல் கருப்பி என்றழைத்தேன்.

அது அறமான சொல்
நிறத்தால் காரணப்பெயர்
பாவம் என்றாள் இவள்.
சாம்பல் கருப்பி
சந்திரிகா ஆனாள்.

சீனு ராமசாமி

ஜன்னல் கம்பிகளுக்கு பின்னால் இருந்து
கா கா என்பாள் சன்னமான சத்தத்தில்
அவள் தருவதை உண்பாள்.

உப்பில் தொடங்கும்
நொட்டைச் சொற்கள் ஏதுமில்லை

வெள்ளைச் சோறெனினும்
புகாரில்லை

என்னை மேடிறுத்திய
வெயில் நகரத்து மரதேவதை
நாக்கு சுவைக்கல்ல
உடம்பு
கறிக்கல்ல
செயலில் வகுப்பெடுக்க
வந்த
மரத்தடி டீச்சர்.

என் சமையலுக்கும் உண்டய்யா
கா காவென்கிற குரல்
ஊக்கப் பரிசு.

அவளுக்கு என்னவோ
ஒரு
ஜன்னல் ஸ்நேகிதி
தங்கை
மகள்
மனச்சுமை இறக்கி வைக்க
கேட்கும் சக்தியுடைய சிறிய உயிர்...

வீட்டின் முதல் படையல்சந்திரிகாவிற்குத்தான்.

அடைமழைக் காலத்தில்அவள் வராத
நாட்களில்வெறுமை தலைப்பாகை
அணிந்துநடமாடியதைஉணரத் தலைப்பட்ட
பொழுதுகளில்
மேகமடைத்து
இருள் நிரம்பியதுண்டு இல்லத்தில்...

எல்லா நேரத்திலும்
அவள் வருகைக்காக
ஜன்னலின் வாசல் திறந்தேயிருக்கிறது

மறுநாள்
சந்திரிகா வந்தாள்
வெயிலாக..
வெயில் உகந்த அம்மனாக

நினைவோடை

நாகமலையில்
உள்ளிருந்து உருகி ஓடும்
ரத்தினக்கல்

மானூத்து அறிவீர்கள்
புல்லூத்து எனும்
மலையின் கருணையை
எழுத்தில் நனைத்தல் எங்ஙனம்
அறியேன்?

வாடகை சைக்கிளில்
அடர்வனப்பாதையில்
அது ஓடிவரும் கரையின்
திசை வழியே செல்லும்
தெந்திசையில்
கூவும்
குயிலோடு
அச்சிறுவனுக்கு
மயக்கம்

உள்ளங்கை குவித்து அள்ளினால்
ரேகைகள் வரப்பின் பாத்திகள்
கையே வயலாகும்
தசையெல்லாம் பயிராகும்

இரத்தநதி ஓடுதல்
விரலுக்குள்
தெரியும்

ஜோசியக்காரன் பிடித்துப் பார்க்கும்
அந்தம் போல்
அள்ளிக்
குடித்தால்
குடலில் பாவும்
மூலிகை நீர்
முன்னோன்
மலையை சிரைக்காமல்
சந்ததிக்கு அருளிய ஜீவிதம்.

மலையின் வயிற்றில்
குகைகள் உண்டு
நதி மூலம்
ரிஷி மூலம்
நமக்கெதற்கு...
அவரவர் அவரவர் இடம் நிறைக...
வனம் உறங்கும்
பால்யத்தின் நள்ளிரவில்
நினைவில் ஓடிக்கொண்டிருக்கும்
ஊற்றைச் சந்திக்கச் சென்றேன்.

பூரணச் சந்திர ஒளியில்
வெள்ளி நிறத்தில்
முலை ஒதுக்கித் தரும் பாலை
மயிலுக்கு
அருந்தத் தரும் நிலையில்
புல்லூத்து அன்றெனக்கு
தரிசனம் தந்தனள்.

தர்மம்

மலைப்பாம்பின்
விழுங்கலில் அயர்ச்சியின்
ஆபத்திருக்கிறது

ஒரு சிறுவன் கூட
கொடிக்காய் தொரட்டியால்
அதன் நீள உடலை
பிளக்க முடியும்

இரைக்குப் பின்
பலகீனமாவது
துன்பத்தை
தரும்

ரத்தம் பருகியபின்
விழித்தலையும்
காட்டேரியே
கெட்டிக்காரி

மென்று தின்னும்போது
தடயம் அழியும்.

இரை தேடும் விலங்கெனில்
உண்ணும் தர்மம்
அறிதல் அவசியம்.

விழுங்கினால்
விக்கல் உண்டு
ஏப்பமில்லை
எதற்கும்

O

காதலன்

நான் காண்கையில் சலனப்படமென உயிர்பெறும்
ஒற்றை வயலின் இசையோடு அவ்வீடு
அவ்வீட்டில்தான் அது
நிகழ்ந்தது

மேகத்தின் திரளுக்குள் செல்ல இருந்த நிலாவை
அண்ணாந்து பார்ப்பதில் பரவசம்

உன் சீயக்காய் வாசனையின்
நறுமணமிக்க அதிகாலை
பிரகாசமான நம்பிக்கைகளை
எனக்குத் தந்திருக்கிறது

ஓர் நாளில்
பன்னீர்ப் புஷ்பங்கள் உதிரும் அவ்வீட்டில்
உனது அருகாமையின் கதகதப்பில்
நீ வாசித்த என் கவிதை வரிகளில் விழுந்த
ஒரு புன்னகையைப் பிடித்துறங்கிய எனக்கு
நீ நீங்கிச் சென்ற நாளின் முதல் மூன்று ஜாமங்கள்
துயர்மிக்கவை

தாழ்ந்த குணஇயல்பு
பின்தங்கிய குடும்பத்தின் தலைச்சன் பிள்ளைக்கு
அவை தாங்கொணாத் துயர்.

செம்பருத்திச் செடியின் பின்னே காய்ந்த துப்பட்டா
காற்றில் பறந்த கொடிக்கருகில் தான் அச்சம்பவம்
நிகழ்ந்தது

வாழ்வே என்னவென்று தெரியாத
என் கண்களைப் பார்த்து நீ நீங்கிச்சென்ற அந்நாளை
கடவுள் படைத்திருக்கத்தான் வேண்டுமா?

18 வயது என்பதாலும் அதிகம் வெளியூர் பயணங்கள்
சென்று வந்த அனுபவமில்லாத காரணத்தாலும் எந்த
முடிவுகளும் எடுக்க முடியாமல் சிரமப்பட்டேன்.

உன்னைத் தேடிவரும் யோசனையை எவரும்
சொல்லவில்லை
எவருக்கும்
தெரியாது
உனக்கும் தெரியாது

என் கவிதையின் மூலம் உன்னை மீட்பேன் என
எண்ணிய
என் காலம் நம்பிக்கையானது

சீனு ராமசாமி

நீல மை பேனாவில்
இரவும் பகலும் கவிதைகள் எழுதி நிரப்பியிருந்தேன்
நிலவும்
சூரியனாக
பிரகாசித்தன அந்நாட்களில்.

மிக எளிதாக அச்சப்படவும்
சிரிக்கவும்
அழவும்
முடியும் அன்பில்
பின்வாங்க முடியுமா?

பின்பு
ஓர்நாள் அதிகாலை
கவிதைகள்
அறைமுழுக்கப் பரவிக் கிடக்க
அறியாமையின்
உண்மையோடு
தூக்கிட்டு இறந்தேன்.

என் இறப்பின் செய்தி உன்னைச் சேர்ந்ததா...
அறியேன்.

என் வலது தொடை
உனது இடது தொடை உரச
தும்பைப்பூ நிற நாலுமுழ வேட்டி உடுத்தி
நாம் அமர்ந்திருந்த
அவ்வீட்டின் படிக்கட்டில்
அமர்ந்திருக்கிறேன்.

◯

மனவினை

அவள்
தரவும் இல்லை
அவன்
பெறவும் இல்லை
என்றெனில்
இடையில் ஒரு பிச்சிப்பூ
மலராமல்
இருக்கிறது

அதற்கு மனிதகுல வரலாறு
காரணமாயின்
என்ன செய்வது

பூ
கண்ணுக்குத்
தெரியவில்லை

ஆனால்
இருவருக்கும் உணரும்படியாக
ஓர் இடத்திலிருக்கிறது
அது மலர
விரும்புகிறது.

அது இயற்கையின்
சுழற்சி முறை தான்.

ஆண் பெண் மதிப்பீடுகளால் சமூகம்
அதைக் கவசச்சிறையில்
பூட்டியிருக்கிறது,

தருபவள் பெறுபவன்
தாண்டி
இருவருமே பெறத்
தயாராகிவிட்டால்
பூட்டு
சிறைக்
கம்பிகள்
உருகிவிடும்

பின்பு
மலர்தலும்
புயலினை அது கடப்பதும் மலர் தாமாக உதிர்ந்து
சுனையில் வீழ்ந்து செல்வதுமாக
மேகங்கள் திரண்டுவிடும்
ஒரு கணத்தில்...
அவர்களை
தன் பாலின அடையாளங்களை
மறந்து விட்டு
இவ்வசந்த காலத்திற்கு
நன்மை செய்யுங்கள் என்றேன்.

◐

முத்துப்பேச்சி

கத்தரி வெயில்
உச்சந்தலையின் வேர்களில்
பாயும் காலத்தில்
வேப்பம் பழங்கள் பழுத்து உதிரும்
விடுமுறைக் காலங்களில்
வெளிர் மஞ்சள் வேப்பம்பழங்களைப்
பொறுக்கும் போது
என் தலை முட்டியதில்
சிநேகிதி ஒத்தக்கண் முத்துப்பேச்சி
பெரிய மனுசியானாள்.

உறவின் கைகள்
கன்னத்தில் சந்தனம் தடவ
அவள் பொறுக்கியவேப்பப்பழங்கள்
அப்பன் வேட்டியில் வெயிலில் காய்ந்து
வேப்ப முத்தானது

அதிகாலை
வேப்ப மரச்சாலையும்
பறவையொலி கீதமும் அனுபவிக்க
விடியும் முன்னமே எழுந்து
விடிந்த பின்னே வீடு வரணும்

கறவைப் பால்காரன் எனில்
அதுதான் கொடுப்பினை.

தன் வீட்டு
வேம்பின்
நிழல் கட்டிலில் படுத்திருந்த
நூற்றுப்பத்து வயசு சியான்
சாகமுடியாமல்
தவித்தார்.

பெத்தவனை பிள்ளை விட்டாலும்
எங்கூர்
வேம்பு விடாது

பல்லு விளக்க
குச்சி ஒடிக்க
மரமேற்றி வளர்த்த
சேவல்
குழம்பில் ருசிக்க
ஜல்லிக்கட்டு காளைக்கு
கட்டி வைத்து புல்லு வைக்க
சேலைத் தொட்டில் கட்டித் தாலாட்ட
எழவு சொல்லி இளைப்பாற
ஆடு குட்டி ஈன
எம்பிப் பால்குடிக்க
வேல்கம்பு சொருகி வைக்க
எல்லாத்துக்கும் துணை வரும் வேப்பமரம்
வேனல் காலத்தில் பூ பூக்கும்.

வேம்பு
கசப்பின் தானைத்தலைவன்
பாகற்காய்களுக்கு
தந்தை

வேப்பம் பழங்கள்
பழுத்தால் இனிக்கும்
பழுத்தால் தான் எதுவும்
இனிக்கும்.
O

பாசம்

தண்டட்டி இல்லாத
வெறுங்காதுடைய கிழவியின்
முழங்கைக்கு மேலே...

அவளின் சுருங்கிய தோலில்
பச்சை குத்தப்பட்ட
தாவர ஓவியங்கள்
உயிரோடிருப்பதை

பேத்தியின் பேறுகாலத்திற்குப்
பேருந்தில் போகும்
கிழவியின் மடியில்
எவருக்கும் தெரியாமல்
பதுங்கியிருக்கும்
ஈரப்பையின் ஓட்டை வழி
பார்த்துக் கொண்டிருந்தது
செக்காணம் வெடக்கோழி.

○

ஆழ்மனம்

கலவியின் பெருக்கில்
பொங்கிய உணர்ச்சியின்
உச்சகணத்தில்
நாராயணா
நாராயணா
நாராயணா
என்றே
கண்கள் சொருகி
மூன்று முறை
வைகுண்டப் பெருமாளைத்
தானறியாமல் அழைத்தவர்
சமீபத்தில் மதம் மாறிய
ஃபெர்ணாண்டஸ் என்ற
பார்த்தசாரதி.

O

நினைவு தப்பல்

ஊட்டிய கரங்கள்
கையேந்தும் காலமென
வேருக்கு நீரின்றி
அடைக்கலம் தந்த குணத்தவர்
நிற்கதியில் நிற்கையில்

பள்ளிச் சீருடைக்கு
இரவும் பகலும்
தூக்கமின்றி அலைந்த மனம்
போர்வையின்றி குன்னுகையில்

வீட்டின் ஒவ்வொரு
சுவருக்கும்
விலா எலும்பு தேய
மண் சுமந்த தேகம்
சுவரில் சாய்தழும் என்றால்

தேச எழுச்சிக்கு
உயிரை உருக்கியோர்
வழிகாட்டிகள்
வழியின்றித் தவித்தலையும்
வாழ்வில்...

நட்புக்கரத்தில்
வசந்தத்தைத் தந்து
வாதை சூடிய மரங்களின்
இலையுதிர் காலமென்றால்

அடுத்தவர் நலத்தில்
தாமாக ஒளி பாய்ச்சி
இருட்டின் அறைக்குள்
வாழும் சித்திரங்கள்.

தருவதே ஆனந்த நிலையென்றே
எல்லாம் தந்து
எதுவும் பெறாமல் போகும்
கருணைக் கொடையின் கரங்கள்.

யாவும்
மறக்கும் நல்லோர்
உலகில் நன்மை பேணியார்
முதிர்ந்த வயதில்
நினைவு தப்பிச் சாதல்
வரம்

அல்லாவிடில்
நினைவோ
ரணம்.

O

அந்தி

எருவின் துர்வாசத்தில்
தோன்றும் புழுக்கள்

மாட்டின் உடல் எனில்
மாடே புழு.

கண் மினுங்கும்
தசை நாரில்
காதுகளில்
வாய்ப் பகுதிகளில்
வெளிப்படாமல்
உலவுகின்றன புழுக்கள்
மனிதனுக்கு

மண் தின்பதில்லை
பிரேதங்களை
மாறாக
புழுக்கள் அவ்வேலையைத்
தொடங்கிச் செய்கிறது
பின் புழுக்களுக்குள்
புழுக்கள் தோன்றுகின்றன
அவையும்
மறைகின்றன.

நெளியும் பாம்பும்
அதன் விஷ நாக்கும்
அணிலும்
ஈரும் பேனும்
எதிர் வீட்டு ஐரோப்பா நாயும்
எழுதும் என் விரலும்
புழுக்கள்.

அருவருப்பான புழுக்கள்
பார்க்க மனமின்றி
எரிக்கும்
மயானக் கரையின்
வெட்டியானும் புழுக்கள்
புழுக்கள் எரிக்கும்
புழுக்கள்.

உடல்கள்
நடக்கும் புழுக்கள் எனத் தெரியத்
தொடங்கிய அந்தி
மிகமுக்கியமானது

பாலருந்தும் பூனைக்கு
ரத்தம் தேவைப்படுகிறது
பதுங்கியிருக்கும்
அதன் ஆதி வம்சாகுணம் புலிக்குரியது.
பூனை அழியும் போது
ஒரு புலியும் அழிகிறது.

பூனை புழு
புலியும் புழு
ரெண்டும் புழு
பின் ஒற்றைப்புழு
அதன் உள்ளே புழு

அழகியின் மார்புக்காம்பு
புழு
ஆண் முகரோமம்
அடர்ந்த புழு

மைய நகரத்தில்
புழுக்கள் கொத்துக் கொத்தாக
ஒன்றோடு ஒன்று
பின்னிக் களிப்பதில்
நெளியும் ரோடு.

ரோடே புழு

புழுத்த உலகம்.

O

வேட்கை

பூமியின் பிரசவக்கோடுகள்
உச்சி வெயிலில் தெரியும்
கானல் நீர்

கட்டுவிரியன்
இலந்தைப் புதர் கற்களுக்கு அடியில்
விஷத்தின் குளிர்ச்சியில்
உயிர்ப்பசை
பிடித்துக் கிடக்கும்

பால்வற்றி
விலா எலும்புகள் தெரியும்
கள்ளிச்செடிகளின் மீது
வெயில் இறங்கும்

அதன் நிழலில்
ஓணானின் திருகும் விழிகள்
பூமியை உருட்டி
மேகத்தை நீரென
உறிஞ்ச முனையும்

சீனு ராமசாமி

நாவு தொங்கிய
வேட்டை நாய்கள்
காட்டு முயலை
தாகத்திற்கு
விரட்டி ஓடுகையில்
காட்டுக்கோழி
முட்டைகள் இட்ட குழிக்குள்
பதறும்

விளைந்த காட்டில்
காய்ந்த தட்டைகளில்
துளைத்து வாழும் வண்டுகளைக்
கொத்தித் தின்ன
அனல் கலந்து
காதோரம் வீசும் காற்றில்
தலைகுனியும் மைனா...

அப்போதுதான் அந்த
உச்சிப்பொழுதில் தான்

கீழே தள்ளி விட்டுவிட்டு
சாராய ஊரல் நோக்கி ஓடும்
இளந்தாரிப்பயல் கையில்
பறித்த அப்பத்தாவின்
சுருக்கு பையில் இருந்து
செங்காட்டு பூமியின் நெற்றியில்
உதிர்ந்தது விபூதி..

☾

ஜன்னலைத் திற

உனக்குகென்று
பிஞ்சு கத்தரிப்பூ கூட
பூக்காமலா போகும்?

உனக்கென்று
நிலத்தின் கண்ணில்
ஒரு சொட்டு நீர்
ஊறாமலா போகும்?

உனக்குகென்று
ஒரு யுவன்
உனக்கு பிடித்த பாடலை
இசைக்க வரமாட்டானா?

உனக்கென்று
இச்சதுரங்க வாழ்வில்
ஒரு சிப்பாய்
துணைக்கு வராமலா போவான்?

உனக்கென்று
குலுக்கல் சீட்டில்
தேக்கரண்டியாவது
பரிசாக விழாமலா போகும்?

சீனு ராமசாமி

உனக்கென்று
உள்ளங்கை சிவக்க
மருதாணியைக்
காலம் அரைக்காமலா விட்டு விடும்?

உனக்காக
பாதை இல்லாவிட்டால் என்ன மகளே
நீ நடந்தால்
உன் பாதங்கள்
ஒரு ஒற்றையடியை உருவாக்காதா?

உன் தகப்பன்
தாய்க்கு
உன்னை நேசிக்கும்
செவலை கன்னுக் குட்டிக்கும்
உணவு இறங்காதபடி
இந்தக் கயிறு இறுக்கி
காலமெல்லாம்
மூச்சு திணற வைக்கும் பாப்பா

உனக்கு விடுதலை
அவர்களுக்குச் சிறை

கயிற்றை
கழுத்தில் இருந்து கழட்டி
மெதுவாக இறங்கி
நாற்காலியில்
அமர்

இம்முறை தென்றலைப்
பொழியப் போகிறது
உன் தலைக்கு மேல் இருக்கும்
மின் விசிறி...

நீ துடைக்க இருக்கும்
பிறர் கண்ணீருக்கு
உன் கைகளை
வாழவிடு பாப்பா

ஜன்னலைத்
திறந்துதான் பாரேன்

உன் அன்புக்காக
உன்னைத் தேடும் காற்று
உன்னில் நிறையும்..

சீனு ராமசாமி

தரிசனம்

நாரையின்
கருநீலக் கண்களும்
இட்லிப்பூக்களின்
கன்னப் புஷ்டியுமாகச் சிரித்ததும்
கன்னக்குழியில்
கவனம் குவியும் அமைப்பு

மாநிறத்தின் பேரழகி
பருக்களுடன்
தானே கடித்த உதட்டின்
சிறுவெடிப்பும்
விரக்தியில்லாத
முழு முகமுமாக
கழுத்தில் படர்ந்த
கருகமணியில் கைபிடித்தபடி
உரையாடும் அவள்
தான் உடுத்தியிருந்த
நைலக்ஸ் சேலையை
முதன் முதலாக
என் முன்
கூச்சமில்லாமல்
லாவகமாக
கழற்றினாள்.

அதைக்
கசங்காமல்
மடித்து
வைத்த போதுதான்
வாழ்வு
பெருஞ்சுமையின் காவியம் என
கலங்கியிருந்த
திருப்பரங்குன்றத்து
தெந்திசைக் கம்மாயின்
மையப்பகுதியில்
உலவிக் கொண்டிருந்தன நீர்க் காகங்கள்.

O

ஸ்டெல்லா

என் காரின் சக்கரங்கள்
ஒரு தெரு நாயின்
குரைக்கும் சத்தத்தில்
வேகமெடுக்கின்றன.

வீதி தாண்டும் வரை
ஓய்வதில்லை அதன் பாய்ச்சல்

இறுக்கி ஏற்றிய கண்ணாடிக்குள்
கேட்கும்படி குரைக்கிறது

விரட்டி
அச்சமூட்டி
மனம் பதைக்க வைக்கும்
நாய்
பொறுக்கிப்
பயல்

வெற்றிலைக் காம்பில்
சுண்ணாம்பு தடவும் நேரத்தில்
அதற்கு நான்
இட்ட பெயரும் பொறுக்கி

எதற்கிந்த கூச்சல்
ஏனிந்த துரத்தல்
இறங்கிக் கேட்கவா முடியும்?

ஒவ்வொரு நாளும்
பகலில்
என் வருகைக்காகக்
காத்திருக்கிறது பொறுக்கி நாய்

இரவிலும் தாமதமெனில்
துரத்த விழித்திருப்பதுமாகவும்
பின் தொடரும்
அதன் அழிச்சாட்டியம்

நாயின் சேட்டை ஒழியத்
திட்டம் வகுத்தேன்.

இம்முறை
சாத்வீகத்தை நாடாமல்
ஆயுதமெடுப்பது
என முடிவானதும்
அவ்விரவில்
பிரட்டில் தடவப்பட்டது
நாய் உண்டதும்
நுரையீரல் வெடித்துச் சாகும்
எலி விஷம்

சீனு ராமசாமி

பௌணர்ணமி ஒளியில்
நாயோ
காரின் பின்பக்கம்
இரு கால் வைத்து
மேலே யாரிடமோ
கொஞ்சலில் இருந்தது
அதன் சந்தோசத்தின்
இதயத்துடிப்பு
வாலில் ஆடிய வண்ணம் இருந்தது

காரின் மேற்பரப்பில் படுத்து
நாயோடு கொஞ்சிக்கொண்டிருக்கும்
உன்னை
கணநேர மின்னல் ஒளியில்
நான்
கவனித்ததும்
என் கண்கள்
கலங்கிற்று ஸ்டெல்லா!

உன்னை புதைத்தபின்
திரும்பிப் பார்க்காமல்
தாங்காது அழுதபடி வந்த
என் மனம்
மீண்டும் கசிந்தது.

என் வீட்டில்
இடமா இல்லை
ஸ்டெல்லா..
காரின் மேற்பரப்பில்
மெத்தையின்றி
நீ உறங்குதல்
நியாயமா?

பனிக்காலத்தில்
மலர் கூட உடல் நடுங்குமே..
உன்னைக் காணும் கண்
நன்றியுள்ள ஜீவனுக்கோ
எனக்கில்லை
ஒரு கவிதை சொல்வாயா
இவ்வீட்டில்..
எல்லா ஊர்களிலும்
நாய்கள் துரத்தும்
கார்களுக்கு மேல்
படுத்திருக்கிறார்கள்
ஸ்டெல்லாக்கள்..

O

சீனு ராமசாமி

நோக்கம்

மத்தியானத்ததை
வெறுக்காதவர்

பின்பு மனைவிக்கு அஞ்சும்
குடும்பத்தின் அடிமைகள்.

ருசியின் அடிவருடிகள்
தின்னும் நேரம் தவறினால்
சிவக்கும் கண்களார்.

நகரத்தில் நண்பர்கள் அறைக்கு
உண்டு வந்து உறங்குபவர்.

150 கிராம் ஆட்டிறச்சியை
கவனமாக வெட்டித்
தரச்சொல்லி ரசிப்பவர்.

மத்தியான கொண்டாட்டத்தின் பீடாதிபதி.

செய்திகளில் அக்கறையும்
சிறுவர்கள்
தொலைக்காட்சிக்குமுன்
சிரிப்பதையும்
பொறுக்காதவர்.

வெயிலுக்கு
உடல் தாங்காதவர்
செருப்பற்ற பாதங்களையே
அருவருப்பாக
பிறருக்குத் தெரியும்படி பார்ப்பவர்.

விருந்தாளிகள் வருகைக்கு
நாள் குறிக்காதவர்
வீட்டைப் பெருக்கி
சுத்தமாக வைப்பவர்.

குடிக்கும் சிகரெட் டப்பாக்களை
வருடக்கணக்கில்
அடுக்குபவர்.

இதுபோல்
நேரடி உரைநடை கவிதைகள்
சிலாகிப்பவர்.
....

மத்தியானங்களை வெறுப்பவர்
எவரையும் பொருட்படுத்தாமல்
குப்பைகள் அடைந்த
வீட்டில்
தனிமை சர்ப்பம்போல்
பசித்திருப்பவர்

சீனு ராமசாமி

ஞாயிற்று மதிய வெயில்
தெருக்களில்
கறிக்குழம்பின் வாசனையில்
உணவின்றி அலையும்
கொடுஞ்சாபம் பெற்று
குடும்ப வாழ்வு அமையப் பெறாது
லட்சியமென்று
ஏதோ ஒன்றை பற்றியபடி
பிறர் அறைகளில் பதுங்கி
அவர்களின் பொழுதுபோன
கூட்டாஞ்சோறுக்கு
வெங்காயம் உரித்துப் பயணிக்கும்
நகரத்தின் நம்பிக்கை நாயகர்கள்.

கடைகளில்
தெருவோரக் குழந்தைகளிடம்
ஸ்கோர் கேட்டு
கிரிக்கெட் ஆட்டத்தில் இணைபவர்

கவிதை
கதை
இலக்கியம்
அரசியல்
சினிமா என மீளமுடியாத்துறையின்
பல்லுக்கு இளமையைத் தந்தவர்கள்.

எவராக இங்கு
வந்தீர்கள்??
அதன் பொருட்டே மத்தியானங்கள்
இந்நகரத்தில்...

◐

கலையுணர்ச்சி

எந்நேரத்திலும்
கவிதை சொல்வீர்

எந்நேரத்திலும்
ஒரு சினிமாவை
உண்டு மகிழ்வீர்

எந்நேரத்திலும்
திரைக்காட்சி
உருவாக்கி சொல்வீர்

எந்நேரத்திலும்
இசையின்
மெட்டைத் தீர்மானிப்பீர்

எந்நேரத்திலும்
கதை சொல்வீர்

எந்நேரத்திலும்
உறங்குவீர்

சீனு ராமசாமி

எந்நேரத்திலும்
இரண்டு இட்லிக்குக்
கெட்டிச்சட்னி வைத்துண்பீர்

எந்நேரத்திலும்
களிப்பீர்

எவ்விடத்திலும்
கால நேரமின்றி
எதற்கும் துணிந்தே இருப்பீர்

காதல் பெண்
உங்களைக் கைவிடும் போது

பெற்றவர்
உங்களைக் கைவிடும் போது

உற்றவர்
உங்களைக் கைவிடும் போது

குடும்பம்
உங்களைக் கைவிடும் போது

ஊர்
உங்களைக் கைவிடும் போது

சமூகம்
உங்களைக் கைவிடும் போது

குருநாதர்
உங்களைக் கைவிடும் போது

உங்கள் வழித்தோன்றல்
உங்களைக் கைவிடும் போது...

அதிர்ஷ்டம்
உங்களைக் கைவிடும் போது...

எந்நேரத்திலும்
பிரசன்னத்தில் இருக்கும்
காலபைரவர் போல
அருள் பாலிப்பீர்

O

சீனு ராமசாமி

அறிதலின் ஞானம்

உணவில்
கெட்டுப்போனது எது?
கெட்டுப்
போகாமல்
இருப்பது எது?
என்றே தெரியாது
பசியின் அறியாமையில் உண்ட
என் காலத்தை
பகுத்தறிந்து உண்ணும்
ஞானத்தை
அவள்
ஊட்டியபோதுதான்
குனிந்து
என் தாலிக்கொடியை
வணங்கி ஏற்ற அவளை
குருவாக
அவளிடம் சொல்லாமல்
மனதில் பூஜிக்கத்
தொடங்கிய இரவில்

என் பாலசங்கரன் சாம்பல் மேட்டில்
நடனமிட்டான்
தணியாது கசிந்துருகி...

◐

வெயில் பெண்

உன்னைக் காணும் ஆவலில்
என் வைகையின்
7 கண் மதகுகளும்
அருவியெனத் திறந்து ஊற்றும்
அதிகாலையில்
உன்னோடு வாழும்
நினைப்பை அது
தரையில் அடித்து சத்தியம் செய்தும்
அதன் அருகே வாராது போனால்
நீந்தத் தயங்கும்
என் கெண்டைக் குஞ்செனை
மனசிருந்தும்
தடுக்கக் கையில்லாத
வயற்காட்டில்
தஞ்சம் புகும்
நீர் போல வாழ்வெதற்கு?

முன்னம் நீ
பழகிய காதலின் பாதை
கணவனுக்குத் தெரிந்து விட்டதெனில்
செக்கு மாட்டுச் சித்ரவதை அவனுக்கு

கலவியின் போது
உன் உடலில் இருந்து
வெளிவரும் என் முகம் காணச்
சகியாமல்
ஆளற்ற காட்டில்
நானில்லாத இடத்தில்
என்னோடு மல்யுத்தம் செய்தபடி
கரட்டில் அவிழும்
அவன் வேட்டியை எவர் கட்டுவார்?

வஞ்சிக்கப் பட்டவனை
வாரிக்கொள்ளும்
நெடி சாராயம் போல
பொட்டல் காட்டில்
சேலை காற்றில் பறக்க
வெயில் வரைந்த ஓவியம் போல
பதட்டத்தில் ஓடும் உன் கால்கள்
நிற்காதா?

தாயைப் பிரிந்தவள்
தாய்மாமனைப் பிரியாமல்
கக்கத்தில் இடுக்குவது
செங்காட்டு மண்ணில்
பெண் பெற்ற
வரமா
சாபமா
என அறியாமல்
நீரோடும்
அணையின் நிழலில்
உனக்காகக் காத்திருக்கிறேன்.

◯

விபூதி

ஒருத்தனுக்கு
வரவேண்டியது
வரவேண்டிய நேரத்துல
வந்துரும்ப்பா
பாடுபடுறத நிறுத்தக்கூடாது என
தனக்கு நேர்ந்த
அவமானங்கள்
அலைக்கழிப்புகள்
ஏமாற்றங்கள்
துரோகங்கள்
யாவற்றையும்
விபூதியாக்கிப்
பிறை நெற்றியில் பூசிய
தாத்தா ராமசாமிதான்
பொறுமை என்பது
பழியுணர்ச்சி நீங்கப் பெற்ற
நம்பிக்கையென்பதை உணர்த்தி
தன் சந்ததி தழைக்க
எங்கள் வீட்டின்
தென்னம்பிள்ளைகளுக்கு
நீருற்றியடி
தன் காலத்தைக் கடந்தார்.

ஆளுக்கொரு திசையுண்டு

சாப்பிட்ட தட்டைக் கழுவுவதற்குள்
உங்கள் தலையின் மீதமர்ந்த
பிரச்சினைகள்

மின் கம்பி காகங்கள்
சிறுவனின்
கல்லுக்கு பறப்பது போல
ஆளுக்கொரு வானில் பறந்துவிடும்

காலம் போற்றப்போகும்
கவிஞன்
சொல்கிறேன்
என் அடுத்த கவிதையின்
முதல் சொல்
பேனா முனைக்கு வருவதற்குள்
இது
விரைந்து நடக்கும்.

ஆகவே
சிறுவர்களிடம் கனிவாகவும்
என் கவிதைகளுக்கு
வாழ்த்தொன்றையும் பதிவிடுங்கள்.

கிளியறியாது
வரும் சீட்டில்
திருச்செந்தூர் முருகன்
வேலெடுக்கும்
வேகம்.

உங்கள் நம்பிக்கையில்
கடவுள் இல்லையெனில்
பாதகமில்லை

மனிதக் கண்கள்
தாங்கொண்ணா தாயின்
வலி பொறுத்த
சக்தியில் பிறந்தவை

உங்கள் பாதைதனில்
காட்டு யானை மறிக்கும் போது
அதன் கண்களை உற்றுப் பாருங்கள்
அது திரும்பிப் போகும் தன் திசையில்...

இப்போது
நீங்கள் தட்டைக் கழுவியிருப்பீர்கள்
சிறுவனுக்கு கல் கிடைத்திருக்கும்
காகங்கள் பறந்திருக்கும்
எனக்கும்
கவிதை ஒன்று
மெய்யெழுத விரும்புகிறது.

O

நிலத்தின் வயிற்றுக்குள் ரயிலும் திராவிடப் பகையும்

உலகின்
நீளமான பாம்பொன்றை மல்லாக்க கிடத்தி
வடக்கு திசை தொழிலாளர்கள்
நடுவில்
உரிக்கிறார்கள்,

உரிக்கும் பணி நீண்டதென்பதனால்
உரிக்கப்படும் மண்ணின்
மொழிச் சொற்கள்
ருசியோடு அவர்கள் உணவில்
கலந்து விட்டது
அவர்கள் மொழி தெரியாது
போடா என்றாலும்
சப்பாத்தி தருவதற்கு
உருளைக்கிழங்காக அவை
நமக்குள் உருளுகின்றன.

நம்மவர்கள்
வேடிக்கை பார்ப்பவராகவும்
பொறுமை இழந்தவராகவும்
வசைச் சொற்களை உமிழ்ந்தபடி
உரிக்கப்பட்ட பாம்பின்
இருபுறமும் பார்த்தபடி வாகனங்களில்
நதியென கடக்கின்றனர்.
குனிந்து ஒரு
கல்லெடுக்கக் கூட
தொழிலாளர் கூட்டத்தில்
ஒரு தமிழன் இல்லை.

அவர்கள் மார் தட்டும் கூட்டங்களில்
உரிமை கேட்போராக
வெள்ளுடையில் உலவுவதைக்
காண நேர்கிறது
பாம்புறிக்க வந்தவர்கள்
இரவும் பகலாகக்
கலந்து
காதலின் நம்பிக்கைகள் கைகூடி
மண்ணின் மரபில்
மீசை விரும்பாத முகங்கள் பிரசவிக்க
இவ்வசந்தகாலம்
மெத்தையாகிறது.
வடபுலமும் தென்புலமும்
இணைக்கப் போகும் உரிக்கப்பட்ட
பாம்பு வயிற்றுக்குள்
ரயில் பாதையையும்
எல்லை
தாண்டிய உறவுகளையும்
பின்னுவது தவிர்க்க முடியாது.

வந்தவர்கள்
பாம்புரித்த ரத்தக்கையில்
ஓட்டளித்தால் என்னாகும்
கவலை பலருக்கு
கை துடைக்கத்
தன் கை தந்து விடும்
அபய மனமல்லவா நம் உறவுகளுக்கு..
நாம் உரிமைக்குரல்
எழுப்பிக்
கொண்டிருக்கும்
இடைவெளியில்
ஓடப்போகிறது அதிவேகமாக
எதுவென்று கவலையுண்டு எனக்கு...

பூத்துவிட்டது

மழைக்கு முன்னம்
ஆத்திரத்தில் உருத்திரண்ட
கண்ணீரோடு
மின்னல் வெளிச்சத்தில்
நான் உன் அடிவயிற்றில்
உன்னிக்குத்துவதற்கு
புதைத்திருத்தக்
கத்தி
பூத்திருந்தது

காரணமின்றி
சிறு உயிரையும்
கொல்லக் கூடாதென
பூவையும்
பூ
தாங்கியிருந்த
செடியையும்
செடிக்கு கீழே இருந்த கத்தியையும்
எடுப்பதற்கு
மண் தோண்ட மனமில்லாத
அச்சந்தர்ப்பத்தில் தான்
நீ தப்பிப்
பிழைத்தாய்...

◐

பொறுத்தல்தலை

பாதை தெரியவில்லை,
பயணிக்க முடியவில்லை

தெரியாத காட்சி இருட்டு
கவலை அப்பிக் கிடக்கிறது
முருங்கையின்
கணுக்களின் பிசினா
கண் மூடும்?

உலகின் உள்ளங்கைரேகையென
பாதைகள் தெரிய
போகிறது
அஞ்சாமல் கவனி
கிழக்கில் வானமுண்டு...
அதன் வயிற்றில்
பிறக்கப்போகிறது
உன் வழி...

இருள் பொறு
இருள் நிறை.

யானை மகள்

எறும்புக்கும் உண்டு
காமம்

சிலைகள் புணரும்
ஸ்தலத்தில்
கூடி அழ
துதிக்கைகள் தொட்டெழுப்பத்
துணைகள் இன்றி
இவ்வையத்தை விட்டுப்
பிரிந்து சென்றது
தனித்து வாழ்ந்த
காட்டுயுரின் பிரம்மாண்டம்.

கானகத்தில் இனமாக
ஊர்வலம் போகாமல்
தனித்தலையும் வயது முதிர்ந்த
யானையொன்று
எத்தெய்வத்திடம் சென்று
முறையிடும்
காணாமல் போன
தன் மகள் லெஷ்மி
மாண்டதறியாமல்..

முன் பின்

எதற்கும்
எவர்க்கும்
பின் செல்லாமல்
முந்தி
முன் செல்ல
முடியாது.

மானசீகனும்
மறுப்பான் இல்லை
மற்றவர் தடங்கள்
மனதில் உண்டு

பின் செல்லும் காலத்தில்
முன் செல்லல்
முன் செல்லும் காலத்தில்
பின் செல்லுதல்

பயணத்தில் சேராத
வெறும் அலைச்சல்.

வாழவேண்டின்

வாழ விருப்பமே வாழ வைக்கும்
வாழ வகுக்கும்
வாழாதாரை
வாழ வைக்கும்
எவரும் வாழாது
போனதில்லை
வரலாற்றின் வாழ்வில்

வாழ விரும்புகிறவன் அருகில்
இருப்பது உத்தமம்.

சாக விரும்புகிறவன்
செத்ததாகக் கதையில் கூட இல்லை

வாழ விரும்புகிறவனைத்
தேடியே வரும் எதுவும்

வாழ்தல் கடினமானது
எளிதில் வந்து விட்டால்
அதன் பெயர் சாவு.

சாவின் காரணம் அறிய விழைபவர்
வாழும் காரணம் அறிய முன்வரார்.

வாழ விருப்பமே
வாழ வைக்கும்
வாழ்வளிக்கும்.

சக்தி

தைரியத்தில் ஒளியெடுத்து
உருவான ரூபமவள்.

தைரியத்தில் திறன்மிக்க
பெண்மை
எனில்
கூடுதல் வசீகரம்.

தைரியமிக்க பெண்மைக்கு
நிறமில்லை
அவள் எந்நிறமானாலும்
வாழ்வின் வண்ணத்தை
உருவாக்கும் சக்தி.

அவள்
கருப்பெனில்
கருங்கல்லும்
சிவப்பெனில்
செந்நிறக் கூழாங்கல்லும்

இரண்டு கற்களின்
உயிருக்குள்ளும்
கருணையின்
குளிர்ச்சியுண்டு...

தைரியமிக்க பெண்மையின் மீது
மையல்,
நகரும் சுவரில் வரையும் ஓவியம்

அதில் வரைதல்
சிங்கத்தின்
வாய்க்கு
உணவு ஊட்டுதல் போல
அதன் இயல்பில்
கையை உணவோடு உண்ணும்
அபாயமும் உண்டு.

எளிதில் பெறமுடியாது
அவளது நம்பிக்கையை
பெற்றுவிட்டால்
காவலுக்கு
தெய்வத்தின் துணை தேடாது
உன் காலம்.

துரோகமெனில்
தலையில் விழும்
கருங்கல்
செந்நிற
உடைகல்

ஒரு தாயின் தைரியத்தில்
குளிருக்கு அண்டி
வாழ்வின் ரெக்கை விரித்தவன்
தைரியமிக்கவளின் மீதே
மையல் கொள்கிறான்.

அவளுக்கு வீரனைவிட
கோழையின் மீதே பிரியங்கள்.
அருகிலேயே இருக்கவும்
அனுதினமும்
அவள் செயல் வியப்பதும்
மறைமுக விருப்பங்கள்.

பெரும்பாலும்
தைரியமிக்கவளிடமே
பலகீனமான ஆணை
ஒப்படைக்கிறார் கடவுள்.

பெரும்பாலும் தைரியமிக்கவள்
தனித்தே தன் பிள்ளையை
வளர்க்கும்படியான
விதியின் கரங்களில்
வீழ்கிறாள்.

கட்டில் ரகசியமில்லை
வசிய வேலைகள்
அறிந்தாள் இல்லை
அவையாவும்
கை வரப்பெற்ற
கைப்பாவையும்
அவள் இல்லை.

காமம் அவளுக்கு
புளிக்காத மாவு
அவள் கவனம்
அதில் இல்லை.

அச்சம் நீக்கி
பஞ்சம் போக்கி
குளிர்ந்து ஓடும்
கங்கைக் கரையின்
அன்னபூரணி

எதிர்க்காற்றில் பயணிக்கும்
தைரிய அழகி.

◯

பகல் கவிதை

நேற்றிலிருந்து நான்
காதல் கவிதைகள்
எழுத வேண்டாம்
என முடிவு செய்து விட்டேன்.

குறிப்பாக மணமாகி
பத்தாண்டுகள் கடந்த ஒருவன்
காதல் கவிதைகள் எழுதுவதென்பது
செயற்கை முடி மற்றும்
சவுரியுடன் குனிவதற்கு சிரமப்படும்
ஒரு கிழவியின் செயலாகக் கருதுவதாலும்

ஏற்கனவே காதலில்
நாடகக் காதல்
நிஜக்காதல்
என விவாதங்களில் பங்கேற்க
இரவு தொலைக்காட்சிக்கு
வரச்சொல்லி
அழைப்புகள் வேறு வருகின்றன

எழுதுகிறவனுக்கு
பேசத்தெரியாதென்றே
தப்பிக்கிறேன்

பிறகு கல்லூரி காலந்தொட்டு
நான் எழுதும் காதல் கவிதைகள்
எனக்குப் பயன்பட்டதில்லை...

தமிழ் எழுதத்
தெரியாதவனுக்கெல்லாம்
அது பயன்பட்டிருக்கிறது.

பயன்படுத்தியவன்
கல்யாணப்பத்திரிக்கைகூடத் தராத
நன்றிகெட்ட ராஸ்கல்.

என் காதல் உணர்வு பொங்கக்
கவிதைகள் எழுதிய காகிதத்தில்
சிலிண்டர் ஆசாமியின் எண்ணையும்
சமையலின் அவசரக்குறிப்பையும்
எழுதி வைத்திருக்கிறாள் இவள்.

காதல் கவிதைகள் எழுதி
அதை நாமே படிப்பது
பிறகு பாதுகாப்பது
முகநூலில் பதிவிடுவது
ஆபத்தாகிறது

தன் கணவனின் சக்கரை நோய்க்கு
மருந்து வாங்கிய கையோடு
கீழே இதயத்திற்கான பட்டனையும்
விருப்பத் தெரிவிப்பையும் அழுத்தி
பதிலாக அனுப்புகிறாள்
அவளது கடந்த காலத்தில்
விண்ணில் தொலைந்த
வண்ண பலூன்கள் மறைந்த
வானத்தை பார்த்து

இளைஞர்கள் கடுப்பாவதும்
அவர்களில் பலர்
படிக்காமல் விருப்பத்தை அழுத்தித்
தன் எதிர்ப்பைக் காட்டுவதாக
அறிகிறேன்.

ஆகவே
மகாஜனங்களே
சமூகப் பிரச்சனைகள் பக்கம் திரும்பி
அரசியல் எதிர்ப்பற்ற கவிதைகளை
எழுதத் திட்டமிட்டுருக்கிறேன்.

இன்னும் வாடகை தராத இந்த பகலில்..

◯

சீனு ராமசாமி

என் கருத்து

ஜாதி
மதம்
இனம்
குலம்
கோத்திரம்
மதம்
வரதட்சணையோடு
அடக்கமாக வந்து
வணங்கினால்தான்

தாலி யென்ற
பழைய நியதிகள்
உடையுமொரு காலத்தில்...

இவையாவும் உடையாது
இருக்கவே
ஜனநாயகத் தேர்தல் எனில்
முப்புறமும் சமுத்திரம் சூழ்ந்த
தாய்த்திரு நாடே
மூழ்கித்தான் போ

இயற்றல்

வருவதை எழுதுவதில்லை
அது வரும்போது
உணரமுடியும்

உடல்
மனம்
அதற்கு
இசையும்

நிலம் மறந்து
ஒரு தினம் உதிர்வது
அது

அவ்வளவுதான்.

போற்றும் காலம்

மரத்தின் கால்

நீரற்ற நிலம்
பிடித்திருக்கிறது,

கூச்சலின்றி அது ஓடத்தொடங்கினால்
பள்ளிக்கூடத்தின் வாசலை
வெயில் நிரப்பிவிடும்

அங்கு குவிந்திருக்கும்
நவ்வாப்பழங்கள்
ஒளியில் துலங்கும்
கிழவிக்குக் கண் கூசும்.

பிச்சை
சன்யாசிக்கு
நிம்மதி போய் விடும்
சிலர் புழுக்கத்தில்
பொறுமை இழப்பர்.

தபால் பெட்டி
கக்கிவிடும்
கடிதங்களைப் பற்றி பரவாயில்லை
புகார் மனுக்கள்
அம்பலப்படும்,

ஓடும் மரத்தின் தலையில்
பறவைகள் வட்டமடித்து பறக்கும்
அதன்
முட்டைகள் தவறி
பாதி
ரெக்கையோடு
இயலாது விழுவது ஏற்புடையதன்று.

பெயர் தெரியாத செடிகள்
புல்
பூக்கள் உதிர்த்த
தக்காளி செடி
புரியாமல்
பின்னே ஓடத்தொடங்கினால்
என்செய்வது?

வேருக்கு ஊற்றும் போதே
பூமியின் வயிற்றுக்கும்
போய்ச் சேரும்படியும்
துளையிட்டெடுத்தமைக்கு
மனதில் வருந்தியபடி
நீரே ஊற்றி
நெடுஞ்சாண்கிடையாக விழுதல்
தப்பில்லை.

பிடி பிடி
இருக்கிப் பிடி...விட்ராத சாமி
ஏ பூமி..

கால் தூக்கப் பாக்குது சாமி
ஒத்த மரம்

இன்னும் பலமாக
கத்திப்பாடு
பாடு...

அது கேக்கும் காலம்
வந்துவிட்டது.

O

கவியின் கருணை

கனிகள்
பழுத்திருந்த போதிலும்
மரம் உலுப்பியதில்லை

எவரிடத்திலும் கேட்டுப்
பெற்றதில்லை அடைந்த பாதைகள்.

நாடிவந்தோருக்கு
இயன்றதைத் தந்து
வந்த மகன்
வீடு திரும்பவும்
அவன் தாயின் கவலைகள்
ஜன்னலோரக் காற்றில்
கரைந்து தீரவும்
பிரார்த்தனையின் கீதம் இசைத்தபடி
வாசல் வரை
கையசைக்கும் கவிஞன்.

நெடுநேரம் நீர்த் திவலைகள்
அருவியென
சொல் கொட்டும்
அக்காட்டில்
குளித்துக் கொண்டிருக்கும்
அவன் குளியலறைக்கு வெளியே
தலை துவட்டக் காத்திருக்கும்
தெய்வம்
அதன் மனமோ
அவன் கொண்டு வரப்போகும்
கனிகள் நிரம்பிய
பழக்கூடைக்கும்.

○

சீனு ராமசாமி

பட்டம்

மிருதங்கம்
தவில் போன்ற
சப்த இசைக்கருவிகளுக்குத்தான்
சக்ரவர்த்தி என்றும்
அதை வாசிப்பவர்களின்
பெயருக்கு முன்னால்
போய்ச் சேர்கிறது
அடைமொழிப் பெயர்.

வீணை
வயலின்
புல்லாங்குழல் வாசிப்பவர்களுக்கு
அவை தரப்பட்டாலும்
வருடித் தூங்கச் செய்யும் கருவிகளுக்கு
அப்பெயர் ஏனோ
பொருந்தாத விரல் மோதிரமாக
நழுவுகிறது

தாள ஆட்டத்தின்
ஆதிக்கத்தைப் பெருக்கும்
இவ்வகை அடைமொழிகள்
ஆதிக்க மனங்களின் அதிர்வில்
பிறந்தவையாக இருக்கக்கூடும்.

ஆதியில் பிறப்பெடுத்து
விலங்குகளைக்
காட்டுக்குள் விரட்டி
நாட்டுக்குள்
உள்ளத்தின் உணர்ச்சிக்கும்
உரிமையின் கிளர்ச்சிக்கும்
வியர்வை சிந்துபவர்களுக்கு ஒரு
அடைமொழியும்
இல்லை
சக்கரவர்த்தியும்
இல்லை
அரசனும் இல்லை
மகாராஜாவும் இல்லை
சாம்ராட்டும் இல்லை
பறை இசைக் கலைஞர்கள்
என்ற பெயரைத் தவிர..

O

சீனு ராமசாமி

தகப்பன் என்பான்

நடக்கும் பதற்றம்
தணிய
பறப்பதற்கு
முன் எடுத்த ஒவ்வொரு சிறு அடியும்
தந்தையின் நிழல் பிடிக்கக்
கை நீட்டிய மகளுக்கு
எந்நிலையிலும்
எக் கணத்திலும்
தன் நம்பிக்கைக்கு
தந்த முதல் விரல் நிழல்
எப்படி மறக்கும்?

தகப்பன்
நெஞ்சில் தூங்கி

அவர் மூச்சில்
பிரபஞ்சம் உணர்ந்து
வளர்ந்தவளுக்கு
அவள் தந்தை... மழை
அப்புறம்
ஆகாயம்.

பிரியத் துணிவற்ற தந்தையிடம்
மணநாளில்
பிரிந்து போகும் மனதறியும்

நகக் கண்ணெல்லாம்
கலங்கும் காலத்தில்
தனித்து நிற்கும் தந்தையின்
திசையறியும் மகள்
மகாசக்தி.

பாராட்டும் வேளையில்
கைத்தட்டல் ஒலியாக
துக்க நிலை தருணத்தில்
பருகும் தண்ணீர் அவராக
தந்தையைத் தொழும்
மகளுக்குத் தாயாக

மறைந்தாலும்
பின் தொடரும் ஜீவன்
திரும்பிப் பார்த்தால்
அத்திசையினில் இருப்பார்
தந்தை
என்பார்.

◯

சீனு ராமசாமி

பாசக்கிறுக்கு

பொம்மைக்கு அலைந்து
மாடவீதி நீர்ப்பந்தல்
நின்று தணித்தனன்
வெயில் தாகம்.

பின்பு
குளம் சுற்றிக் கோயில் புறாக்கள்
கோபுர நிழல் வெளிதனில்
சிறகசைத்து ஒலியெழுப்ப
கீரன் சிவனின்
நெற்றிக் கண்
எதிர்த்த படிகள் பார்த்துப்
பூக்கடை வாசத்தில் மிதக்கும்
கோயில் கடைகளில் தேடி
மகளுக்கு
வாங்கி வந்தான்
ஒரு ஜோடி மரப்பாச்சிகள்.

ஒவ்வொரு
நாளும்
கேட்டதெல்லாம்
வரமாகிக் கனிந்த
காலத்தில்
தன்னோடு
பருவத்தில்
பேசத் துணிந்த
உயிரோடு இருக்கும்
பொம்மை ஒன்று
கேட்டு அடம்பிடித்ததற்குத்தான்,
அவ்விரவில்
உலக்கையில்
அடித்து
நயிலான் கயிறு
அறுக்கும் விதத்தில்
குத்த வைத்து
தீரா ஆத்திரத்தில்
அச்செயலைச் செய்தான்.

மரப்பாச்சி
பொம்மைகள் பரணில்
வாய் திறந்து
கத்தியது,

உடன்
மரக்குதிரையும்
ஆடத்தொடங்கியது நடுச்சாம
உறங்கா நகரத்தில்...

◐

சீனு ராமசாமி

களம் கதை அல்ல

உனது நிலம்
உனது காடு
எல்லாம் உனது தான்.

உனது என்பது முந்திய வாழ்வு
அங்கே பிந்தியது
எனது..

களம் பொதுதான்,
உன் கதை
இல்லை
என் கதை.

நீ
வாழக் குடித்து
சிறு போதையில் இளகிய
கண் மயக்கத்தில் மகிழ்ந்த
காளை!

நான்
சாகக் குடித்தலைந்து
காலம் தப்பச் செய்த
நாட்டுநாய்...

வளர்த்த
காளை வேறு
ஊர் அடித்த நாய் வேறு

உனக்கு நிலம்
சாகசம்
எனக்கு
யதார்த்தம்

உனது இருப்பு
வீரம்
வளர்த்த
ஊருக்கு
பெருமை.

நான் நன்றி சொல்லி..

என் கண்ணீரோ
ஊளையிடும்
எவரும் விரும்பாச் சத்தம்.

O

சொல் செயல்

பேச்சு செயல் இல்லை எனும்
வாதத்தின் உச்சந்தலையில்
கொத்திக் கூடு திரும்பியது
ஒரு சொல் மொழி காகம்.

பேச்சில் தணிந்து ஆறின
போர்களும்
அதன் புண்களும்.

மனிதனின் மங்காத ஒளியுடைய
சக்திமிக்க ஆயுதம் இது எனவும்
பீரங்கியின்
தொண்டைக்குண்டை விட
வீரியமிக்கவை
விடுதலை உணர்ச்சியின்
பேச்சு என்றால்
வாய்ப்பூட்டுச் சட்டம்
வந்த கதை நானறிவேன்.

பேச்சு செயல்
பேச்சு சுடும் கங்கு
சுடாத நிலவு
அழைத்துச்
செல்லும் விதி
பொய்யின் புதையல்
மெய்யின் வெற்றிவேல்
பழியின் வழி
குற்றச்சாட்டின்
பதுங்குகுழி
தர்மத்தின்
நாயகன்
தரணிக்குப் பெருமை
குழந்தைக்கு
தெய்வம்
ஊமைக்குச்
சாபம்.

உறவு
போனாலும்
முகவரியற்றுப் போனாலும்
செல்வம் அனைத்தும்
நீந்தத் தெரியாத
வாழ்வில் போனாலும்
போகாது பேச்சு.

பேசும்
பேசட்டும்
பேசியே தீரட்டும்
பேச வேண்டும்
பேசுவான்.

உலக வரலாற்று உருண்டை இது
வரலாறு இது
எல்லாம் இது

உரிமையில்
உணர்ச்சியில்
உள்ளத்தின் காதலை
நியாயத்தின் இடது பக்கத்தை
நன்றே பேசுங்கள்.

இடர் இன்றிப்பேச
இனி
தடையில்லை என் தோழா...

நகரத்தின் குழந்தைகள்

நெரிசல் மிகுந்த சாலையில்
இல்லிடமற்ற நாயொன்று
ஈன்று,
தன் மடியில்
மண்டிய குட்டிகளுக்கு
பால் தரும் காட்சியின் பொழுது
நகரம் வாழத்தகுந்ததாக
உயிர்பெற்றது

மனிதர்களைப்போல
பாதசாரிப் பாதைதனில்
பாதி தூரம் ஓடி
தன் தாயிடம் திரும்பும்
ஒரு குட்டிக்கு
பச்சை சிவப்பாக்கி
கருணையின் கண் திறக்கிறது
போக்குவரத்து விளக்கு,

சீனு ராமசாமி

தலைக் கவசமின்றி
எதிரே நிற்கும்
என்னைக் கவனிக்காமல்
சிரித்துப் பேசிக்கொண்டிருக்கிறார்
காவலர்.

பால் குடித்த
குட்டியிரண்டு
மல்லாந்து தன்னை மறந்து
உறங்கத் தொடங்கியதும்,

எனக்கும்
சிவப்பு நீங்கிப்
பச்சை விளக்கு விழுந்தது.

O

மஞ்சள் பூ நண்பன்

ஒரு தோல்வி
உலகை வெறித்துப் பார்த்திட
செய்யும்

அக்குரங்கு சமாதானமின்றிக்
கிளையை உலுப்பும்

போட்டியில் நடுவே விழுந்த
திறனற்ற ஒரு பறவையின் எச்சம்
சடுதியில் முளைத்ததாகவும்

நடுநிலை முடிவில்
குத்திய முள்ளின் கூர்மையில்
அப்பரிசு
அடுத்தவர் பக்கம் சாய்ந்தது எனவும்

ஒரு துரும்பெனத்
தூக்கியெறியப்பட்ட
ஓர் நாளில்
அச்செந்நிறக் கல்லூரியின்
விடுதிச் சாலையின்
மரங்களடர்ந்த
வழியே நின்றிருந்தேன்.

சிலப்பதிகாரச் சிலம்பும்
தென்னிலங்கை வானரத்தின்
வாலில் தீயிட்ட முடுச்சும்
இணைத்த இடத்தில்
கையொலிகள் பேச்சரங்கில்
ஒதுக்கப்பட்ட நேரத்தைத் தாண்டி
எனக்குள் கேட்டபடி
இருந்தது.

மரங்களடர்ந்த அவ்விடுதியின்
வாயிலில் இருந்து
நிலவின் ஒளியில் வந்தான்
ஒரு பக்க வகுடெடுத்து சீவி...

பரிசுக்கல்ல
பங்கேற்பு,
போட்டி நமக்கில்லை
அவர்களுக்கு

கோடு போட்ட நோட்டு வாங்க
முடியாத
மாணவனுக்கு
பேசும் நீ
மயங்கக்கூடாது.

ஒரு ஒலிபெருக்கி
மற்றவை எல்லாம்
காதுகள்.

உன் திறன் நானறிவேன்
கலங்காதே சீனி
என தலையில் உதிர்ந்த ஒரு
மஞ்சள் பூவின் சாயலில்
பிறை அகல
நெற்றிக்குக்கீழே
கண்களில் சிரித்து
தேனீர் அருந்த
அழைத்தான் அவன்.

காலங்கள் மின்னல் பொழுதில்
யாவும்
ஓடிய ஓர் நாளில் அவனைத் திரும்பக் காணும்
பரவசத்தில்
நினைவில் மஞ்சள் பூ உதிரன்
அக்கல்லூரி முன் நின்றேன்.

அந்நிலவின் ஒளியில்
ஒற்றை வகிடெடுத்த கேசத்துடன்
தூரத்தில் வந்துகொண்டிருந்தான்.

அப்படி ஒரு நண்பனவன்.

o

சீனு ராமசாமி

மழையின் இசை

துர்கா
இம்மண்ணின் ஆன்மாவோடு
ஒரு காலசிற்பியால்
கருணைமிகு காட்சிக்களுக்கு
வெயில் காத்திருப்பதுபோல
காத்திருந்து
சித்தாரின் நரம்புகளில் ஓடிய
கருப்பு வெள்ளைச் சுருளில்
மசிந்த சாம்பல் நிறத்தில்
பார்க்கும் முயலென
தாகூரின்
தம்புராவின் மீட்டலில் உருகும்
எழுதப்படாத சொல் துணையோடு
சிருஷ்டிக்கப்பட்டாள்.

நீளமான மரமொன்று
உருளைச் சக்கரங்கள் மீது
புகைத்தபடி கூவி வரும்
கருஞ்சுருட்டுப் புகைவண்டியைக் காண
அதோ ஓடிக்கொண்டிருக்கிறாள்.

பின்பு மழை
அவள் கூந்தலில்
கூதல் காயும் வெயிலும்
இணைந்துகொள்ளும்
அவ்வேளையில்
துர்கா
இம் மண்ணின் மணமாக
வெளியெங்கும் பரவும்
அனுபவத்தைத் தந்து
அவள் தந்தையிடம்
கூறாமல் விடை பெற்றாள்.

துர்கா துர்கா
எனும் தகப்பனின் முடிவற்ற
குரலில் ஒரு மெழுகைப்போல
ஒளிர்ந்து
உருகிக் கொண்டிருக்கிறாள்.

(சத்தியஜித்ரேயின் பதேர் பாஞ்சாலிக்கு)

○

நெடுந்தூரம்

உனக்குத் தரப்பட்டது
இசைக்கும்
பரிசு.

உனது விண்ணப்பத்தில்
சில பக்கங்களை நான் நிரப்பவில்லை
இருந்தும்,

அந்தியைப் பற்றிய
உனது
சிந்தையின் மீது படிந்த
தூசியைத் துடைத்தேன்.

ஒரு முறை
உன்னைத் தொட்டுப் பேசித்தான் பார்.

உனது துரோகத்தை
ரகசியமாக
நான் அறிந்தபடியால்
இருக்கும்
எனது கால்கள் இன்னும்
ஓய்வின்றி
ஓடிக்கொண்டிருக்கிறது.

அதற்கு
வேறு எதுவும் தெரியாது.

உனது துரோகத்திற்கான
பதிலாக
தோன்றும் ஆயினும்
தன்னைக் காத்துக் கொள்ளும்
மிருகத்தின் நடவடிக்கை அது

நமது
வெற்றியின் நியாயம்
அதன் கொண்டாட்டத்திற்கு
அழைத்ததொரு சமயத்தில்

உனது
விண்வெளி பறக்கும் தட்டில் இருந்தாய்
அது உனக்கானது
எனக்கானது இல்லை என்ற
பேத அறியாமையின் சூழ்ச்சியால்
பின்னப்பட்டிருந்தாய்

அது நாம் கட்டிய
வீடு அன்பே
என
கசிந்துருகிய
அப்பரிசுப்பொருளுடன்

உனது பிறந்த நாளில்
உன் முகவரி அறியாமல்
அல்லாடினேன்
நகரில்..

பின்னர்
இலக்கெய்யாத கனவினைக்
கொண்டாடும்படியான உனது
விதியின் முன்
நம் வெற்றியின் பரிசுப் பொருளை
உனது பெருமையின்
அகல்விளக்காக
ஏற்றி வைத்துவிட்டுப்
பின் நீங்கித்
திரும்பிப் பார்த்தவண்ணமாக

நெடுந்தூரம் சென்றேன்.

உனது எனது
என ஆன
இணைப்பின் மீது
உருவாயிருந்த பாதையின் வழி
திரும்பாமல் நான்
போய்க்கொண்டிருக்கிறேன் அன்பே

காதலின் பரிசு
எப்போதும்
நன்றியின் மௌனத்தின் மனதில்
மலர்ந்த மலர்
ஆனால் அது
இசைக்கும் காற்று.

○

தயாபரணி

உன்னைப்
போல் ஒருத்தியுண்டு

உன் கேசத்தை ஒத்த அடர்த்தியும்
புருவங்கள் நெற்றியை இணைக்கும்
ஒரு கறுத்தப் பாதையும்
அதன் நடுவே சிறிய வெண்மை
பிறைகீற்றும்
சிவந்த நல்பொட்டும்
வியர்த்த மூக்கின்
மேல் பகுதியில்
சிந்தியிருக்கும் விபூதியும்
சிரிப்பில் கனிவு
பிறர் பசிக்குத்
தனது மதிய உணவையே தரும்
தயாபரணியாக
அப்படியே இருந்தாள்.

அவள்
உனக்குள்
நான் பார்த்த
அழகி,
என்னிடமே அப்படியே இருக்கிறாள்.

நான் பார்க்காத
ஒருத்திதான்
மேகங்கள் விலகும்
கருவேலங்காட்டு வழி
என்னோடு
வராமல் போன
அந்நாளில்
அவனைத் திருமணம் செய்து
காணாமல் போய் விட்டாள்.

◯

சுழல்விதி

ஒரு
வட்டப்பாதையில்
சுற்றுகிறது வாழ்வு.

கப்பலின் மேல் தட்டில்
தனது ஒயின் கோப்பையுடன்
அந்த வியாபாரி
சரியான நேரத்திற்கு வருகிறான்
தினமும்,

நட்சத்திரங்கள்
கடந்து போகும்
அமைதியில்
அவனுக்கு ருசியிருக்கிறது.

நீர்ப்பாய்ச்சக்
கிழவனுக்கு
சேவல் கூவுவதற்கு முன்னே
நினைப்பு கூவிவிடுகிறது.

பசுமாடுகள் தன் காம்புகளில்
வேப்ப எண்ணெய் தடவ
நெருங்கும் தருணத்தில்
தானாக
பால் கட்டுகிறது.

நாய்க்கு
வந்துவிடுகிறது
பசியின் நாக்கு,

கன்னக்கோல் திருடன்
பூட்டு உடைப்பதில்லை,

சூரியன்
சந்திரன்

நிலவு
பருவக்காற்று
யாவும்
ஒரு வட்டப் பாதையில்
வளர்திசையில்
இயங்கியபடிதான் இருக்கிறது,

ரமணப் பசுவும்
ரமணனும்
யோகிராம் சுரத்குமாரும்
இன்ன பிற ஜீவராசிகளும்
மலையை நேசித்த
மனிதர்களும்
காலகாலமாக
மலை வலப்பாதையில்
காலமறியாத பிரார்த்தனையின்
வாழ்வோடு
சுற்றிக்கொண்டே
இருக்கிறார்கள்.

சூரிய பாதையில்
கோள்கள் சுற்றுகின்றன.
பின் பாதையே சுற்றத் தொடங்கும்
அவ்வேளையில்

கன்னக் கோல்
ஓடுகிறான்
கிழவன் தார்ப்பாய்ச்சி
கட்டிக்கொண்டு
கடக்கிறான்.
நாய்
பொறை தின்ன
வந்து விட்டது.
பசுவுக்கு
காம்புகள் வியர்க்கிறது.

அதனதன் வட்டப்பாதை
அதனதனுக்கு...

◯

புரட்சி

அவர்கள் வாழ்ந்து
வம்சாவளி பெருகிய இடமாயினும்,
உடைபடாத கண்மாய் வழி
வந்திருக்க இயலாத போதும்,
நகருக்குள் ஒற்றை மண் வழித்தடங்கள்
மூடிய தடைச்சுவர்கள் கடந்து,

என் அடுக்குமாடியின் குடியிருப்புகளுக்குள்
நீர் போக வழியற்ற மழைக்காலத்தில்
பூர்வஜென்ம மோப்பசக்தி
ஏதுமற்றத் தவளைகள்
எப்படி
ஆதிகுடிகளின்
நிலமீட்பு முற்றுகையென
சூழ்ந்திருந்து
ஒரு சேரக்குரல் எழுப்பி
உறங்கவிடாது
ஸ்தம்பிக்கச் செய்கின்றன.

மறைத்தும்
பறித்தும்
ஒடுக்கியும்
மூடப்பட்டப் பாதைகள் வழியே
திரண்டு
ஓர் நாள் அவ்வாறு
புரட்சி உண்டாகப் போகிறது...

○

சீனு ராமசாமி

ஒருவனல்ல

தேவையெனில்
வெளியூர் வசித்தாலும்
நாடி வருவான்.

தேவை இல்லையெனில்
அருகில் இருந்தாலும்
நாடான்,
வணங்கான்,
வாழ்த்தான்.

தேவை நேரம்
சேவகன் வேடமிட்டு
ஒருவன் வருவான்
அவன் தேவை தீர்ந்ததும்
வந்தவழி மறைவான்.

வறுமை இருப்பானெல்லாம்
வறுமையை உணர்ந்தவன் இல்லை.

தேவையெனில்
உன்
முன்னால்
நிற்பேன்
என்பான்
என் முகமே அவனே என்பான்
பின்நாளில்

தேவையெனில்
எல்லாமே
தேவைதான்.

உயரப்
பறக்கும் கழுகை விடவும்
அருகில்
உண்மை பேசும் கிளிகள்
அறிதல்
அன்பின் தேவை.

உலகில்
அறமும் தர்மமும்
தெய்வமென உணரும்
காலத்தின் தேவை.

முகமறியாத மக்கள்
அவர்தம் உள்ளத்தின்
தேவை

உன்
வாழ்வின் ஆயுள்
அது உன் வயதல்ல
உன் செயலின் காலம்.

அவ்வினையின் தன்மையே
நீ மறைந்ததும் வாழும் காலம் பேசும்.

அருகில் சென்றால்
மதியான்
அவ்வளவுதானா? என்பான்.
ஒரு நாள் தோள் தொடுவான்.

முதல் முயற்சியாளன்
தேடாதிருந்தால்
அடையான்.

சீனு ராமசாமி

ஆசைகள்
விருப்பங்கள்
எதிர்பார்ப்பின்
தேவையின்
பொருட்டே
உருவாகும்,
உருவாக்கும்,
உலகம்
வேண்டேல்
என விலகல் ஞானத்தின் தேவை.

பரந்த மக்கள் அன்பில்
நிறைந்த வாழ்வில்
நீலவானில்
நட்சத்திரமாகவே
என்றும்
உயர்ந்தே இருப்பது அழகு,

மதிப்பறிந்தவன்
அண்ணாந்து
பார்க்கட்டும்.
இல்லையெனில்
கவனியாது போகட்டும்.

வாழ்த்துகிறேன்

என் பூவின் விருப்பம்
மலர்தல் தான்

என் செடியின் விருப்பம்
உனக்குத் தருதல் தான்

என் காற்றின் விருப்பம்
பொறுத்தல் தான்

என் இசையின் விருப்பம்
உன்னைச் சேர்தல்தான்

நீயாகப் பறித்தல்
அழகாகும்
நான் சூடிவிடல்
பேரழகாகும்
காற்று உதிர்த்தல்
தனியழகாகும்

சீனு ராமசாமி

உன் பூ
அவ்வோடையில் விழுந்து
மிதந்துதான் போகுமெனில்
நீ நீராகும்படி வாழ்த்துகிறேன்

காற்று
உன் பயணத்தைச் சீராக்க
இறைஞ்சுகிறேன்

ஒரு சருகாகிப்
பின்தொடர்ந்து
மிதந்து வர
உன் இமைகளின்
அசைவைப் பார்க்கிறேன்.

அன்றில் நிலமாகித்
தாங்கவும் தவிப்பெனக்கு
என் இசையில்
அப்பயணத்தைத்
தொடங்கலாம்.

கருநீலத்தின் ஒளி

ஒளி
நிறத்தை கடத்திக்
கண்களில் வசிக்கச்
செய்கிறது
என்றே நினைத்த பொழுது
நிறம்
ஒளியைக் கடத்தும்
உன் செயல்
அவ்விதியை தளர்த்தியது.

என் காற்றழுத்தத் தாழ்வு மண்டலம்
கலங்கும்படியாக
உன் கருநீலக்கடல்
எதிரொளித்த
வெளிச்சத்தில்
வானம் மேகங்களால்
கண் பொத்தியது
உன் மையின் நிறம்
அங்கே ஒளியாக இருந்தது

கரிய நிறத்துக்கு
எதிரொளிக்கும் திறன் தந்து விட்டுச்
சிரித்தபடி
கடலுக்குள் நடந்து போகும்
உன்னைப் பின்தொடர
உன் நிழலும் அங்கில்லை,
நான் இருந்தேன்.

◯

சீனு ராமசாமி

விரும்புகிறேன்

முத்தக் காட்சியில்
நான்கு உதடுகளுக்கு
இடையில் விழும்
மின்னல் பொழிப்பாக
அவ்வப்போது
அவகாசம் தராமல்
திறந்து மூடுகிற
ஓடும் பாதாள
விரைவு ரயிலே
நீ இலக்கியத்தில்
இடம் பிடிக்க
குறை இருட்டில்
சிறிது நேரம்
நிற்கக் கூடாதா?

◯

அகங்காரம்

ஒரு குறைந்தபட்ச
மதிப்பளிப்பது என்பது
நம் அலைபேசியை
ஐந்தாவது முயற்சியிலாவது
எடுப்பது,

முன் கூட்டியே
சந்திப்பின் தேதியின் மாற்றத்தை
சொல்லாதிருப்பது,

நள்ளிரவில் அகாலத்தில்
காலை நிகழ்வுக்கான மாற்றத்தை
குறுஞ்செய்தியில் சொல்வது
அல்லது ஒட்டுமொத்தமாக
நிகழ்வின் வெறும் பந்தலில்
அறிய விடுவது.

இல்லை
என்ற சொல்லை
பிரயோக்கிக்காமல்
நம்பிக்கையின் கதகதப்பில்
எப்போதும் வைத்திருப்பது,

சீனு ராமசாமி

நம்மால்
பயனடையப் போகிறவரோ
அல்லது
பயனடைந்த பலனில் மிதப்பவரோ
நம்மை அவரைப்
பின்தொடர வைக்கும் தந்திரத்தில்
கெட்டிக்காரராக இருப்பது,

நம்மிடம் பெற்ற ஊதியத்தை
சபையில் மறைப்பது நமக்கென
தியாகம் புரிந்தது போல் உதடு சுழிப்பது,

நம்மால் அறியப்பட்டோரின்
மரங்களில் ஊஞ்சல் கட்டி அமர்ந்து ஆடி
நம் நெஞ்சின் நேரே கால் நீட்டுவது,

ஒரு குறைந்தபட்ச மதிப்பளிப்பது என்பது
ஒரு மனிதனை ஏமாற்றிய பணத்தைப்
பாதியையாவது
அவன் பிள்ளைகளிடம் தருவது.

தர்மம் இறக்காமல் இருக்கும்
நாட்டில்
குறைந்தபட்ச அவமதிப்பென்பது
நன்மை செய்தவனை
அலைக்கழிக்காமலிருப்பது,

இன்று போய் நாளை வா எனும்
டைம்லூப்பில்
சிக்க விடாதிருப்பது,

சந்திப்பைத் தவிர்ப்பது
அந்தோ
பெருவிரல் இடறிவிட்டால் தெரியும்
பெருகும் வலியின்
நியாயம்.

ஒரு மனிதனை அவமதிப்பதென்பது
மதிப்புமிக்க நண்பர்கள்
சொல்லும்
சொல்லில் அன்பில்லாதது

இரவின் சந்திப்பை
உறுதி செய்தபின்
நிலவு போல் விழித்திருந்து
காத்திருக்கும் மனதின்
தனிமை அறியாதிருப்பது.

◯

சீனு ராமசாமி

என்னிடம் உள்ளது

எல்லாவற்றையும்
தின்னத் தொடங்கும் போது
நீங்கள்
பிசாசாகக் காட்சித் தருவதாக
சொன்னவர்களுக்கும்
தேடித்தான் தருகிறேன்
எல்லாவற்றையும் உண்பதற்கு,

ஊருக்குப் போக வேண்டிய
வண்டியில் அமர்ந்தபடி
என்னிடம் உள்ள அதை
எப்படி எடுத்துச் செல்வதென்றான்

அவன் எடுத்துச் செல்லலாம்,
அதற்கான உபகரணம் கையிலில்லை...

என்னிடமுள்ளது
உருவமற்றது

அவன் கேட்கிறான்

ஆனாலும்
நான் தரத் தயாராகவே இருக்கிறேன்.

எடுத்துப் போகமுடியுமா என்பது பற்றி
இப்போது சொல்லமுடியாது.

O

சாயல் வாழ்வு

பொய்யான வீரத்தைக்
கொண்டாடுகிறீர்கள்.

பொய்யான பிளாஸ்டிக் முத்தத்தை
கனவில் திரும்பத் திரும்ப
நிகழ்த்துகின்றீர்கள்

பொய்யான மோகத்தில்
கிளர்ச்சியடைந்தீர்கள்.

பொய்யான காதலின்
நடுப்பக்கத்தைப் படிக்கிறீர்கள்

பொய்யான சவால்களை
வரவேற்றுப் பதில்களையும்
நீங்களே பெற்றுத் தருகிறீர்கள்.

எல்லாவற்றின் ருசிக்கும்
பல்லை வேறு
முளைக்கச் செய்கிறது காலம்.

நிஜத்தில்
பொய்யின் சாயல் தேடி அலைந்து
நிஜத்தை
கடைசிவரை நெருங்காது
அஞ்சுகிறீர்கள்.

சீனு ராமசாமி

துன்பப்படும் நிஜத்தைக்
கையாளத் தெரியாமல்
திணறலில்
வாழ்வு
சலித்து விடுகிறது.

பிறகு
பொய்யான மரணத்திற்கு
ஏங்கத் தொடங்குகிறீர்கள்.

நிஜம்
அதைத் தரத்
தாமதிக்கிறது.

○

கவிதை காரிகை

சில்க் ஸ்மிதா இறக்கவில்லை
அவள் நடனத்தில்
இங்கே இருக்கிறாள்

சில்க் மறையவில்லை
குளிர் காலத்தில்
உஷ்ணத்தின்
தேவதையாக இருக்கிறாள்

சில்க் சாகவில்லை
இன்னும் பனிக்காற்றில்
கமல்ஹாசனின் முதுகை
விரகதாபத்துடன் தடவுகிறாள்.

இறந்தும்
20 வருடங்கள் கடந்தும்
என் கவிதையில் உலவுகிறாள்.

சில்க்
இன்னும் உயிரோடு இருக்கிறாள்

பாவம்
விஜயலெட்சுமிதான்
இறந்து விட்டாள்.

மழை குடிக்கும் நகரம்

மழையை மன்னித்து
ஏற்கும் படியாகத்தான்
வாழ நேர்கிறது சென்னை மா
கடல் நகரத்தில்...

என் காலத்தில்
மழை வசந்தகாலத்துள்
நுழைவதை அறிந்துகொள்வது
மிக எளிது
அடுத்தநாள்
நகரத்தின் ஏதோ ஒரு இடத்தில்
மேயர் மு.க.ஸ்டாலின்
நீரில் நனைந்த ஓவியம்போல
குடையுடன் நிற்கும் காட்சி
தந்தியில் வந்திருக்கும்.

கலைஞர் மகன்
குடையோட நிக்குது பேப்பர்ல...
மழை கொழுத்துதா?
ஊருக்கு கிளம்பிரு
வா என்பார்

ஒரு ரூபாய்
நாணய தொலைபேசியில்
அம்மா.

மழைக் காலங்களில்
சுறுசுறுப்பாக
மின்வாரியத் தொண்டர்கள்
அலைந்தாலும்
வீட்டின் பல்பு
தாமதமாக எரிந்தாலும்
எல்லா வீடுகளிலும்
மகிழ்ச்சியின் முகங்கள் தெரியும்

தண்ணீரை வாரிக்கொட்டுவதற்கு
பெண்கள்
ஒரு போருக்குப் போகும்
மனஅவசம் கொண்டிருப்பர்.

பார்க்க விரும்பும் அவளும்
ஜன்னல் மழையாக நின்றிருப்பாள்.

வாடகை பாக்கியை
முன்கூட்டியே நினைவுபடுத்துவார்
வீட்டின் உரிமையாளர்
மழையைக் காரணம் காட்டி,

ஒயின் ஷாப்பில் இருந்து
அறைக்கு வருவதற்குள்
நனைத்துவிடும்
போதை மழை.

கதை நோட்டுகள்
நனைந்து விடாதபடி
போர்வைக்குள் சுருட்டி வைப்பேன்
ஒழுகும் அவ்வீட்டில் நான்.

சீனு ராமசாமி

பக்கத்து வீட்டில் சாதம்
கருணையின் ஆவியோடு
இத்தனியன் அறைக்கு வந்தடைய
வழித்துணையாக இருப்பார்
கடவுள்.

முகவரி நனைந்தே
கடிதங்களை சேர்ப்பார்
தபால்காரர்
அதில் தந்தையின்
கடைசிச் சொட்டு அன்பின்
கண்ணீர் கலந்திருக்கும்.

புதிய படங்களின் போஸ்டர்களில்
நனைந்திருப்பார்கள் கலைஞர்கள்
தியேட்டரை விட்டு
வெளியேவர விரும்பாத ஜனங்கள்
வெகுநாளுக்குப் பின்
மேகங்களை நிமிர்ந்து
நேரில் பார்ப்பர்.

கனவைத் தவிர
கைவசம் ஏதுமில்லாத காலத்தில்
பெய்த மழைதான்
இன்றும் பெய்கிறது
ஆனாலும் அவை
அன்று பெய்த மழை அல்ல...

◐

பலத்த மழை

கட்டடம்
உயர்ந்த
ஜன்னலில்
காபி அருந்தியபடி
வானின் இதமான
நினைவின் ஓரஞ்சாரத்தில்
இளமையின் பின்னலிட்ட ஜடையில்
அவள் மழையில் ஓடுகிறாள்.

மழைக் காலங்களில்
இரு சக்கரங்கள்
பாதசாரிகள்
பெரும்பாலும்
சாலைக்குள் நுழைவதில்லை

குளிக்கும் நீளமான
பாம்பைப் பார்ப்பதுபோல்
ஒதுங்கி இருப்பார்கள்.

இது
விரைந்து செல்லும் காதலர்க்கு
மிகவும் வசதியானது.

நிச்சயமாக
அவள் உடைமாற்றும்
தனியறையில்
இவன் நிற்கப் போகிறான்
அவளும்
மழையின்
விருப்பமான இசைக்கு
இசைந்து விடுவாள்.

மழையில் தெய்வங்கள்
சிறிய விளக்கொளியில்
மௌனம் காக்கும்,

பலத்தக் காற்று
ஆலயமணியின்
நாவுகளை அசைத்து
தலைதுவட்டியபடி உள்ளே வரும்
ஒரு பக்தனுக்கு
இத்தீரா மழையில் கொண்டு வந்த
அவனது பிரார்த்தனைக்கு
அசரீரியாகும்,

இளையவளுக்கு
மழைபூதத்தின் கதையைச்
சொல்லிக்கொண்டே
இருமல் மருந்து வாங்கப் போன
அப்பா வரும் வாசலைப்
பார்த்தபடி இருக்கிறாள் மூத்தவள்.

தொலைக்காட்சி பார்க்காமல்
மின்னலுக்கு அஞ்சியபடி
தாத்தா கண்மூடிய நிலையில்
நமச்சிவாயத்தைத்
துணைக்கு வரும்படி
மனதில் ஜெபிக்கிறார்

நகரத்தில் மீனாக மாறினால்
தேவலை என்பது போல
கீழ்ப்பால நுழைவில்
திகைக்கிறது பசு.

சாலை ஓரத்தில்
அடுப்பு அணைந்தநிலையில்
பசித்த இரவில்
தன் ரத்தத்தைப் பாலாக
ஊறித்தந்திட
தன் குழந்தையைக்
குளிருக்கு இதமாக
மார்புக்குள் போர்த்திக்கொள்கிறாள்
நகரத்தின்
வந்தேறிப் பெண்.

உறுதியோடும்

இவ்விரவில்
நட்சத்திரங்கள்
நிலவு
வானம் எல்லாம்
உங்களுக்குச் சொந்தமாக இருக்கிறது.

மழைப் பொழிவால்
அவை தெரியவில்லை
ஆனால்
இல்லாமல்
இல்லை,

நாளை என்ற ஒரு சொல்தான்
உலகின் கடைசி நம்பிக்கை,

மனதுக்கு உத்தரவிட்டு
ஒரு மகாராஜாவைப்போல்
கால் ஆட்டித் தூங்குங்கள்.

நள்ளிரவில்
சிறுநீர் கழிக்க விழிப்புணர்வுடன்
கால் ஊன்றிக்
கழிப்பறைக்குள் செல்லுங்கள்.

திரும்ப வந்து
தூங்குங்கள்
அப்போதும்
கால் ஆட்டியபடி
இக்கணத்தில் முடிந்தால்
மெதுவாக உதடு குவித்து
விசில் ஊதுங்கள்.

உங்களை வாழ விடாதவர்களுக்கு
அப்போது குளிரெடுக்கும்.

அவர்கள் அலைபேசியை எடுத்து
கவனிக்க மறந்த உங்கள் குறுஞ்செய்திகளை
நள்ளிரவில் படிப்பார்கள்.

கலங்கரை விளக்கத்தின் கீழ் வாழும்
வீடற்ற மனிதனின்
இதயத்தின் உறுதியை எண்ணி
மட்டும் பாருங்கள்.

Good night என்று ஆங்கிலத்தில்
சொல்லி
நானும்
கால் ஆட்டியபடி
தூங்கப்
போகிறேன்.

சீனு ராமசாமி

ஒன்றிலிருந்து

ஒன்றை அழிக்க முயன்றால்
அது அழிக்க கடினமான ஒன்றாக
உண்டாகிறது

ஒன்றை உண்டாக்கும் போது
இன்னொன்றாக உண்டாகி இருக்கிறது

ஒன்றை கொடுக்கும் போது
இன்னொன்று உருவாகி
கொடுப்பவனுக்கு வருகிறது.

ஒன்றை எடுக்கும் போது
இன்னொன்று வருகிறது.

அழிக்க
உண்டாக்க
கொடுக்க
எடுக்க
இதில்
எதைச்செய்ய முயன்றால்
என்ன வரும்
என்பதறிவது வாழ்வு.

O

வேர் பலம்

ஒரு கவிதையின்
நோக்கம் அறிந்து கொள்ள
நீங்கள் நட்ட தென்னை மரத்தை
நிமிர்ந்து பார்க்க வேண்டும்

காமம்
களவு
பொய்
காதல்
அன்பு
கலக்கம்
துரோகம்

இப்படி இதன்
வேர் அறியக்
கண்களை நோக்குவதுபோல்...

கலைவியாபாரம்

ஒரு திரைப்படம் கவனம் பெற
முதலில் மழை பெய்யவே கூடாது.
மதுக்கூடத்தைத் தவிர
மற்ற இடங்களுக்குச் செல்ல
மக்களுக்கு இன்னும் தைரியம்
பிடிபடவில்லை
மழைக்காலங்களில்...

ஒரு திரைப்படம் கவனம் பெற
சிறந்த கிரிக்கெட் வீரர்களின் மைதானம்
காலியாக இருக்க வேண்டும்
மாநிலத்தின் நிலவரம்
கலவரம் தவிர்த்து இருத்தல் அவசியம்.

ராஜீவ் காந்தியோடு
அன்று வெளிவந்த
ஐந்து திரைப்படங்களும்
மடிந்தன என அறிந்தேன்.

பரீட்சைக் காலங்கள்
முடியும் வரை
படம் வெளியிடாமல் காத்திருப்போர்
புத்திசாலிகள்.

போஸ்டர்கள் முதல்நாள் இரவு
ஒட்டியிருத்தல் அவசியம்.

ஊடகம் பத்திரிக்கை அன்பர்களின்
அன்பும்
தொலைக்காட்சிதனில்
ஒரு பாடலாவது ஈர்க்க வேண்டும்

ஒரு படம் கவனம் பெற
பெரிய நடிகர்கள் கொண்டு
விளம்பரம் செய்வது சிறந்தது

அதைவிட
மூத்த நடிகர்கள்
எப்படி
தானே விளம்பரங்களில்
மனமுவந்து,
படங்களில் பேசிய வசனங்களைவிட
அதிகமாகப் பேசி
மக்களைக் கவர்கின்றனர் என்பதை
இளைய நடிகர்கள் பயில வேண்டும்
நடிப்பு பயிற்சி போல்
அயர்ச்சியில்லா
இப்பிரச்சாரம் கற்பது முக்கியம்

ஒரு படம் கவனம் பெற
முதலில் படம் நேர்த்தியாக
ரசிகர்களைக் கவரும்படி
இருக்க வேண்டும்
இது அடிப்படை விதி

படம் தியேட்டருக்கு வருவதற்குள்
வெற்றி விழா அவசரம்
தவிர்த்தல் வேண்டும்

உங்கள் விருப்பங்கள்
நிறைவேறும்
வாழ்த்துகள்

சீனு ராமசாமி

அரசியல் தொண்டுடையோர்
இத்துறைக்கு வருதல் வரம்.
பெரிய படத்துக்கு
விருந்தும்
சிறிய படங்களுக்கு
உயிர் காக்கும் மருந்தும் இட்டு,
நல்லவற்றை துப்பறிந்து
காக்க வேண்டும்
பின்
சிறகு தந்து
பறக்க விடுதல் வேண்டும்

புண்ணியம், புகழ்
பெருக்கும் கணக்கில்
லாபநட்டம் பார்க்கக்கூடாது,

சிறந்த படங்கள்
குறைவான தியேட்டர்களிலும்
அதே சமயம்
குறை கூட்டமாயினும்
தியேட்டர் அதிபர்கள்
மக்கள் வாய்மொழிப் பரவி
அவர்கள் தியேட்டர் வரப்
பொறுமை அருள வேண்டும்.

அந்நிய,
ஆங்கில,
சாகசப்படங்களுடன் மோதல் என்பது
சுதேசிக்கப்பல் போல்
யாரும் துணைவராது கைவிடுவர்.

ஒரு படம் கவனம் பெற
எதிர்மறை சர்ச்சைகள் உதவக்கூடும்.

ஆனாலும்
அவை படைத்தவர்கள் செய்ய முயன்றால்
எப்படியும் தெரிந்துவிடும்.

ஒரு படம் கவனம் பெற
அதில் சம்பந்தப்பட்டவர்கள் யாராயினும்
தொலைபேசி அணைத்தல் தர்மமாகாது.

ஒரு படம் கவனம் பெற
படம் முடியும்போது
சொன்ன தேதியில் அது வரும்படி
தேதி அறிவித்தல் அவசியம்.

ஒரு படம் கவனம் பெற
பெரிய படங்களுடன் மோதாமல்
தனியே வருதல் முக்கியம்.

ஒரு படம் கவனம் பெற
தின்பண்டங்கள் டிக்கெட் விலையை விடக்
குறைவாக இருக்க வேண்டும்.

ஒரு படத்தைப்
பணமாக மட்டும் பார்த்தால்
ஆயிரம் தொழில் இங்குண்டு,
நம் படம் என்பது
நம் பெயர் சொல்லும் பிள்ளையாக
வாழ்ந்த இல்லமாக நினைத்தல் வேண்டும்.
கடைசி வரை
படத்தைக் கைவிடல் கூடாது
அப்படிச் செய்வோர்
அதை மாற்றிக் கொள்வது
கலைவாழ்வுக்கு அன்பின் நன்றியாகும்,
உலகப் படவிழாக்கள்

சீனு ராமசாமி

உள்ளூர் விழாக்களுக்கு
உங்கள் பிள்ளை
பெயர் பெறத் தகுதியிருந்தால்
தலைகோதி அனுப்ப வேண்டும்.
இது அடியேன் கூடுதல் விருப்பம்.

ஒரு படம் கவனம் பெற
தியேட்டருக்குள் போகும்போது
மின் ஏற்றப் படிகள்
தூக்கிச் செல்வதும்
முடிந்ததும் பின்பு
பின் பக்கம்
ஆடுகளைப் படிக்கட்டுகள் வழியாகத்
திறந்து விடும்
கருணையற்ற போக்கும் மாற வேண்டும்.

விமர்சகர்கள்
எதிர்மறையான விமர்சகர்கள்
இவ்விருவரும் தன் பிள்ளையைக்
கண்டிப்பது போல்
குறைசுட்டல் வேண்டும்,
அவனைத் துரத்தும் நோக்கில்
துறவு மனநிலைக்கு
விரல் நீட்டல் தவறு,
மரத்தின் நிழல் பாதத்தில் அமர்ந்து
வேரில் வெய்யிலை ஊற்றுதல்
விமர்சன தர்மமாகாது.

சினிமா மரம் பட்டுப்போனால்
நாங்களும் நீங்களும்
அமர இடமுண்டா?
களை பறித்து
கழனி காக்கும்
அவர்கள் புகழ் வாழ்க.

ஒரு படம் கவனம் பெற
நேரங்காலம் பார்ப்பது
அவரவர் நம்பிக்கை,
ஐரோப்பியன் போல்
கால நேரம் பார்க்க வேண்டும்.

ஒரு படம் கவனம் பெற்றாலும்
காலத்தால் வாழும் தன்மை
அப்படத்தில் இருந்தால்
முதல் மூன்று நாட்கள்
தியேட்டர் விதி மீறி
மக்களிடம் வாழும்
தன்மை பெறும் படைப்பாகும்.
படம் கவனம் பெற
படமே பிரதானமாகும்.

O

சீனு ராமசாமி

திரிப்போர்

கயிறு திரிப்பவர்களுக்குக்
காலம் ஒன்று இருந்தில்லை,
அவர்கள் கயித்துக்
கட்டிலில் படுத்ததில்லை.
முழுக் கைநிறைய
அள்ளி உண்டதில்லை.

கையெல்லாம்
சிவந்த புண்ணும்
களிம்பு தடவியே
உறங்கியும் போவர்.

வாயில் திரிப்பவர்களுக்குத்தான்
சுகவாழ்வு.

தலைவன்

வாழச் சேர்த்திருப்பது

வேட்டைக்கு தனித்துச் செல்வது,

ஆனாலும்
சேர்ந்திருப்பவர்களை
விட
தனித்திருப்பவனுக்கு
வாய்ப்புகள்
இணக்கமாகும்,

தனித்திருப்பவன்
பலத்தை புறத்திலும்
பலகீனத்தை மர்மத்திலும்
புதைத்திருப்பான்.

எதிரிகள் இன்றி
திட்டமிட்டுத் தெளிவாக
நிறைவேற்றத்
தனித்திருப்பவனின்
அம்புக்குத்
தப்புவதில்லை
கூட்டத்து மான்.

தனிமை தாங்காது
நாற்காலியில் தலைசாய்ந்தே
இவ்வுலகம் பிரிந்தவர்.
உலகத் தொழிலாளர்களே
ஒன்று கூடுங்கள்
என்ற தனித்திருந்த காரல்மார்க்ஸ் குரல்,

சீனு ராமசாமி

தனிமை கொல்லும்
தனித்திருப்பது
உயிர்த்து வளரும்.

தனித்துவக் கொடியல்ல பிடிப்பது
கம்யூன் வாழ்வின் எதிரியுமல்ல நான்.

தனித்திருப்பது
படைப்பின் ஊக்கம்
அவை ஒன்று திரட்டும்
மக்கள்,

கூட்டத்தில் தனித்திருப்பது
தனித்திருத்தலில்
கூட்டமாவது
கலைஞன் பண்பு.

தனித்திருப்பதே
கூட்டமாக இருப்பது
தனித்திருக்கும்
மரமே
பறவைகள் தாங்கும்

நான்
மக்கள்
கலைஞன்.

உருவமற்றது

அதிகாலை எழுந்திருப்பவர்களுக்குத்
திரும்பத் தூங்க விருப்பமாயினும்
கண் இமைகளின்
சிறிய வலியுடன்
தூக்கத் தடுப்பானை
முன் ஜென்மத்தில் தீராக் கணக்காக
இன்று அமைதி இன்பம் கூடாதென
சபிக்கப்பட்டு அருளிப்
பொறுத்தி விட்டது காலம்.

விரும்பிய கவிதையும்
விரும்பிய புத்தகங்கள்
தான் மறந்து அதிகாலை முயக்கமென
நீந்திக்களிக்கலாம்

பேச்சுக்கு ஆள்
எதிரே இல்லாவிடினும்
உருவமற்ற அவளோ எதிரில்
வந்திடக்கூடாது,

எதிரியோ துரோகியோ
அந்நேரம் வருதல் துயரம்.

அதிகாலையில்
ஆறாப் புண்ணுடன்
சுயமாக தர்க்கம் செய்தல்
கூடுதல் வலி...

சுயம்பானவன்

முன் செல்லும்
அவன் காலத்தின் முன்
போகாதே...

அவனுக்கு ஆணவம்
பித்தென ஏறிவிட்டது
அவன்
அதைத் தத்துவம் என்கிறான்.

அவன்
உன்னிடம் மன்னிப்புக்
கேட்க மாட்டான்.

அவனிடம்
நீ கேட்க எதுவுமில்லை.

அவன்
தனது ஸ்கூட்டரில் தப்பிக்கத்
திட்டமிட்டிருக்கிறான்.

உனது தோட்டா ஒன்றை மட்டும்
பயன்படுத்து,

உன் குறிதப்பினால்
குண்டு பாய்ந்து நீ
சரிந்திருப்பாய்...

நீ படிப்பாகக் கற்றவன்
அவனோ முயற்சியில் வந்தவன்.

அவன் முன் போகாதே...

காசி

என் பால்ய காலங்களில்
கடந்து வந்த மதுரைமாநகரத்தின்
அழகின் சாயலோடு
ஒரு பசுங்கன்று
அக்கல்சந்தில் நின்றிருந்தது.

என் கண்களைப்
பார்த்தது.

அவ்வுளவுதான்
சுவர்களும்
வீதிகளும்
ஓடும் கங்கையும்
அடர்ந்த வனத்தின்
காடுகளும்
பாலமும்
அதன் வழியில் மீன்களும்

என்னுள்
பறந்தன மீனாட்சியின்
வடக்கு கோபுர
புறாக்களும்
வாரணாசியின்
தொன்ம வழிச் சாலைதனில்...

◐

அன்பின் வாதை

புரியாதவர்களை
நோக்கியே நீட்டுகிறேன்
என் பூங்கொத்தை...

அவர்கள் வசந்த காலத்தில்
ஒரு இளம் பெண்ணின் காதலில்
வசமாகட்டும் என்றே
வாழ்த்துகிறேன்.

புரியாதவர்களுக்கு அப்படியாவது
புன்னகையும்
பூக்களும் பிறக்கட்டும்.

புரியாதவர்களை நோக்கியே
எனது பூங்கொத்தை நீட்டுக்கையில்
அன்பின் பாதையில் எவரும் இல்லை,

பின்பு
இக் கவிதையினை
எவர் துய்ப்பர் ?

எந்நேரத்திலும்
மின் நகரத்தில்
மண்ணுளிப் பாம்பென ஊர்ந்த
இரயில் பொழுதில் நிற்பவன்
தவற விட்ட
உயிரின் ஓசையை
வண்டியின் அதிர்வில் கேட்கும் போது
அவனுக்கு அந்த அதிர்வும்
உறவுதான்

மகிழ்வின் புன்னகை எனினும்
குழையும் சந்தேகமெனினும்
வாழ்த்தும் எனது பூங்கொத்துக்குத்
தெரியும்,

நான் உயிரோடிருக்கும்
பூங்கொத்தின் பூக்கள்.

◐

நீங்கும்

இராட்டினத்தில் சுழலும் சாகசத்தில்
ஏறிடும் பிள்ளை

பின்பு ஏன் கத்துகிறது
இறங்கும் வரை...

அணைக்கவே
ஆள் கூப்பிடுகிறது

அக்குழந்தைதான்
தரைதொடும்
ராட்டினத்தின் பெட்டிக்கு
மண்ணெடுத்து
மேலே போகிறது
இறங்கவும் மறுக்கிறது

இப்படித்தான்
ஒரு பொழுதில்
அச்சம் சாம்பலாகும்
கண்டீர்.

◯

குஞ்சுப்பறவை

என்னைக்கண்டதும்
ஒரு கணம் அசையாதபடிக்கு
யாவற்றையும் நிறுத்தி விட்டு
ஓடி வந்த அதன் நெற்றியில்
அன்பை குவித்து முத்தமிடுகிறேன்.

அப்பிஞ்சுப் பறவைக்கு
சிறகுகள் உண்டாவதையும்
காற்றாகி
உயரப் பறப்பதற்கு
கண்களில் மிதக்க எத்தனிக்கும்
ஒரு வகையான பெருமிதத்தின்
மேகத்திட்டுகளையும்
இந்த அந்திப்பொழுதில் காண்கிறேன்.

நான் கொண்டு வந்திருந்த
நதியின் குளிரை அள்ளிக்கொண்டு
பாதியில் நிறுத்தியிருந்த
விளையாட்டுக்குள்
பறக்கிறது அப்பறவை.

செயலற்று நின்றிருந்த
சின்னஞ்சிறு பறவைகள்,
உற்சாகமாகப் பின் தொடர்ந்து
சத்தமிட்டப்படி
வீட்டின் இதயப் பாதையை
சுற்றியபடி பறக்கின்றன.

◯

சீனு ராமசாமி

நடிகவேளின் கேள்வி

"பொழுது கூவ வந்துரு" என்றபோது
என்னில் இருந்த நடிகவேளுக்கு
ஒரு கேள்வி முளைத்து விட்டது.

"பொழுதாடா கூவுச்சு
தொண்டை கிழிய கூவுனது சேவல்..
டெக்னிக்கா
பாவம் சேவலையே மறைக்கிறீங்கடா?

இப்படித்தாண்டா
பல பேர
போற போக்குல மறைச்சுருக்கீங்க..

டேய் நீங்க
சேவல சொல்லாட்டியும்
அது கூவிக்கிட்டுதாண்டா இருக்கும்...

O

அமைதி நாள்

மீன்கள்
பாசியின்
அடி வேரில்
அமைதியாக நீந்தும்படியான
சலனமற்ற குளமாகவும்,

கழுகின் ரெக்கை விரிப்பின் நிழல்
பூமியின் மீது படர்ந்து போகும்
உச்சிப் பொழுதின்
சாந்தமிக்க அழகாகவும்,

நீர் அள்ளித் துதிக்கையில்
தலையூற்றும் யானையின்
இளவெய்யில் குளியல் பொழுதாகவும்

பொன் மஞ்சள் மாலையில்
முள் வேலியில் நின்று நிதானிக்கும்
தும்பியாகவும்...

மலைப்பிரதேச
முயல்
கேரட்டை கையில் எடுக்க
விரட்ட ஆளில்லாத
பதட்டமில்லாத பொழுதாகவும்

ஒரு காக்கை
தன் சகாக்களுடன்
கூடடைய பயணிக்கும்
அன்பின் தருணமாகவும்

சைக்கிளில் காற்று ஏற்றியவனுக்கு
நன்றி சொல்லியபடி ஓடத்
தொடங்கும்
ஒற்றையடிப் பாதை
செம்மண் சக்கரங்களாகவும்,

வாழைக்காய் பஜ்ஜியை
வயது முதிர்ந்த பெரியவர்
நிதானமாக ஆவி ஊதி உண்ணுமோர்
மேலமாசி வீதியாகவும்

நெஞ்சில் மோதி
கேசம் கலைக்கும்
கடற்கரை கோயிலின்
கோபுர வெளியின்
இளஞ்சூடான காற்றாகவும்

ஒரு எளிமையான
நாள் வரும்,
எனக்கு நம்பிக்கையிருக்கிறது.

குணம்

தன்னை
முழுமனதாகத் தராமலா
இயல்பின் ருசியை
அள்ளித் தந்துவிட்டு
மண் பானை
குழம்பில் செத்தும் மணக்கின்றன
கம்மாய்
கெளுத்திமீன்கள்.

o

சீனு ராமசாமி

கல்லாப்பெட்டி ரகசியம்

அடேய் கிறுக்கா
கதறியே தராதவன்
கவிதை எழுதியா
தரப்போறான்...

அமரர்
கல்லாப்பட்டி சிங்காரம்
அவர்களுக்கு
நான் இன்று சொல்லித் தந்த
வசனம் இது.

அடேய் கிறுக்கா...

அவர் வசனங்களை
முணுமுணுக்கும் போது
மணி என்ன எனக் கவனிக்க மறந்து
காட்சியோடு
ஒன்றிப் போயிருந்தேன்.

◯

ஊக்கக் கயிறு

நகரத்தில்
பற்றிக்கொள்ள
ஏதுமற்று
படுத்துறங்க
சிறு இடமின்றி பசித்த
ஒவ்வொரு நொடியின்
நீளமும்
அணுஅணுவாகக்
கடக்க முடியாமல்
எங்கு போவதென்றே தெரியாமல்
திக்கற்றுத்
தன்னுடல் சுமையெனத்
தூக்கி நடந்தபடி,
இங்கு ஆளாக வந்தவனுக்கு
வரலாறு மட்டும் உணர்ந்திருந்தால்
போதுமானது,

சீனு ராமசாமி

கயத்தாரில்
புளியமரத்தில் தொங்க விடப்பட்ட
குறுநில மன்னனையும்
பாஞ்சாலங்குறிச்சியில்
புகைக்குண்டுக்கு சரிந்த
அவன் சந்ததியின் மாளிகையையும்
நினைத்து,

நெஞ்சுயர்த்தி வைப்பான்
தன் பாத அடியை...

சொந்த வாழ்வு தேடி
வந்தவன் நான்..
இது
தியாகமில்லை என்ற
தெளிவும் தான் இருக்கும்.

O

கூந்தல் விரித்தனள்

மூழ்கியிருந்தேன்
அப்போது
பெண் மயில்
அகவும் ஓசையொன்று
கேட்டது
அவள் நீண்ட ஆற்றில்
மிதந்தனள்போல்
காட்சித்தாள்
கூந்தல் நட்சத்திரமென
தோகை விரித்துப் பூத்திருந்தது.

O

நிலமறி

புலம்பெயர்ந்த
வாழ்வில்தான்
தெரியவரும்
தன் தாய்பூமியில் விளையும்
கிழங்கின் குணம்.

○

கவிதை யாது

நா.பிச்சமூர்த்தி
நகுலன்
சுந்தர ராமசாமி
ஆத்மநாம்
தேவதேவன்
எழுதும்
கவிஞர்களுக்கு

சுப்ரமணிய பாரதி
கண்ணதாசன்
வண்ணதாசன்
விக்ரமாதித்தியன் அண்ணாச்சி
பேசும் மக்களுக்கு...

எல்லாமே தமிழுக்கு

O

கரைபவன்

தருபவன்
பெறுபவன்
கணிப்பவன்
ரசிப்பவன்
காதலிக்கப்படுபவன்
காதலிப்பவன்
அஞ்சுபவன்
அரவணைப்பவன்
இடம் தருபவன்
அடைக்கலம் கேட்பவன்
பிரபஞ்சத் தொடர்பாளன்
பெயர் எழுத விளைபவன்
தடம் பதிக்கத் துடிப்பவன்
நீர் ஊற்றுபவன்.
எவனுமல்ல...

வளர்பவன்
வாழ்த்துபவன்
மாற்றத்தை
ரட்சிப்பவன்
உண்மைக்கு
உண்மை
துணையிருந்து,
உருத்தெரியாமல்
தெரியாது
காற்றில் கரைபவன்
கவிஞன்.

◐

நிறமில்லை

ஊஞ்சலில் ஆடிய
தமிழ்ச்செல்வியின் பாதங்கள்
ஜன்னல் வெயிலுக்குள்
பிரவேசித்த கணம் ஒன்றில்
நான் சிவந்திருந்தேன்
வெய்யில் போல

தக்காளிப் பழத்தின்
சிவப்பல்ல
அல்ல
தங்க நிறமுமல்ல

அவள் வெட்கத்திற்கு
நிறமில்லை
வெயிலுக்குத்தான்
எல்லாம் நொடிக்கொன்று,

அவள் பாதம்
வெயிலுக்கு வெளிச்சம்
நான் முத்தமிட்ட
உள்ளங்கையென
நீள் இதயம்.

O

சேவல் மார்க் சுருட்டும் செவ்விள நண்டுகளும்

கட்டணத் தார்ச்சாலையை
உரிக்கத் தொடங்கியபோது
நஞ்சற்ற நீர்ப்பாம்புகளும்
கண்கள் மினுங்கும் தவளைகளும்
முழிக்கத் துடிக்கும் நகத்தளவு
சூர்ய பூக்களும்
மார்ச்சளியை உறிஞ்சும்
பிரண்டைச் செடிகளும்
வரப்பில் புணர்ந்த பின்
பயந்தோடிய பாதையும்
சேவல் மார்க் சுருட்டின்
எளிதில் அணையா கங்கும்
செவ்விள நண்டுகளும்
வெளியேறத் தொடங்கிய கணத்தில்
வம்சாவளி மெய்க் கிறுக்கில்
கீழ்நோக்கி காலாற இறங்கும்
பட்சிகளின் மீதேறி
விரைகின்றன சக்கரங்கள்.

◯

புலித்தடம்

இம்முறை
மனிதனோ
மிருகமோ
தன் பிணமோ
தழும்பேறிய காயங்களுடன்
வழித்தடஊருக்குள்
நுழைகிறது புலி.

O

பிரார்த்தனைகள் மிதக்கும் பெருநகரம்

தனிமையில்
மளிகைச் சாமான்கள் வாங்கித் திரும்பும்
தருணங்களில் எதிர்ப்படும்
ஆரம்பப்பள்ளிக் குழந்தைகளுக்கு
தக்காளிப்பழங்களைத்
தருகிறாள்

ஒளிரும் மஞ்சள் வெயிலில்
சிவந்த பழங்களை
ஏந்தித் திரிகின்றன குழந்தைகள்

புணர்தலுக்குப் பின் திரும்பிப் படுத்தால்
பிள்ளை தங்காதென்று
சலனமின்றிக் கட்டிலில்
அறியாமையின் புனிதத்தோடு
கிடக்கிறாள்

நிலைத்த பார்வையில் கையேந்தி
உருகும் அவள் பிரார்த்தனைகள்
இப்பெரு நகரமெங்கும் மிதக்கின்றன

பூவும்
காயும்
கனியும்
காடென
பூத்துக் குலுங்கும்
சிறு தெய்வக் கோயிலின் வெங்கலமணி
நாவுகளை இசைக்கிறாள்

பிள்ளைவரம் வேண்டிப் பெண் தெய்வங்கள்
அலைந்திருக்குமாயென அறிந்ததில்லை
இது தெய்வ அலைச்சல்.

O

பணயம்

உயரத்திலிருந்து குதித்தவனுக்கு
தலை தப்பிற்றா இல்லையாயென்ற
புள்ளியில் நின்றது
எனது திரைக்கதை

குதிக்கப்போகிறவனின்
முதுகிலும் காலிலும்
தழும்பேறிய வடுக்கள்
நானோ ரெங்கராட்டினத்திலிருந்து
விழுந்தவனென்பதால்
வடுக்களின் மீது
கவனம் பெற்றிருந்தன சொற்கள்

பள்ளிக்கு வெளியே நிறுத்தப்பட்டிருந்த
தன் மகளை நினைத்தபடி
இரவுக்குள் வீடு திரும்பும்
உத்வேகத்துடன்
திரைக்கதை சொல்லும் உயரத்தில் இருந்து
குதிக்கத் தயாரானான்
விரிந்த மார்புடைய
சண்டைக்காட்சித் தொழிலாளி.

◯

சிறு கவிதைகள்

நீரின் மேல் மிதக்கும்
தக்கை
மீன்கொத்தி ரெக்கை விரித்து
வந்தமரும்
மீன்கள் கண்கள் திறந்து
நீந்தி மேல்வரும் பொழுதும்
தக்கையின் மீதே
கவனம் கொண்டிருக்கிறது
வண்ண மீன்கொத்தி.

அழுதுவிடு
பேச முற்படுவதற்கு முன்
அது நல்லது

நீர்மூழ்கிச் செத்தாலும்
நதிக்கரை தேவைப்படுகிறது
தர்ப்பணம் செய்ய

விமானத்திற்கு
கீழே அலையும்
வெண்ணிற கொக்குகள்
நிமிர்ந்து பார்க்காமலேயே
பறக்கின்றன

சொல்வதற்கு
சொற்கள் தேவையில்லை

கைவசமாகும் வித்தை

முதலில் கயிற்றில் நிற்கையில்
தட்டான் சிறகு விரித்த பரவசமும்
கம்பி முள்வேலியின் மீதமர
காற்றலையும் ரெக்கை மீதொளிபட்டுத்
துலங்கும் குதூகலமும்
தரையில் நிற்போரின்
கைத்தட்டலில்
ஏக்கந்தணியும் சாதித்த
இளமனமும்
திரும்ப வாராது.

பலமுறை
பலவருடம்
கயிற்றில் நடக்க
அது விண்ணில் மிதக்கும்
ஒற்றையடிப் பாதை,

தரையில் விசிலும்
கையொலியும்
காதில் கேட்காது
நடக்கும் கலையோ
சுமக்கும் பசி

தட்டில் விழும் காசும்
விரைந்தெண்ணும் கணக்கின் ஊடே
சாகசமற்ற மனதின்
பாதைவழி
அவன் இல்லம் வரும் வழியில்
ஒரு தட்டானும் பறந்து கொண்டிருக்கும்.

◐

நிலத்தவன்

மழை நின்றுவிட்டது

காத்திருந்த நகரத்தவன்
வெளியேறினான்
மழை நின்றுவிட்டது
நிலத்தவன் அண்ணாந்து
வானம் பார்த்தான்
அவரவர்க்கு அவர்களது
மழை.

◯

உந்து

நீரில் விழுந்த
எறும்பு தத்தளித்து நீந்தி
சிறு இலையைப் பற்றி
பயணப்படும் காட்சியை
முழுமையாகப் பார்த்தேன்.

யுத்தத்தில் வென்ற
வீரனைப் போல
கரைக்குத்
திரும்பிக்கொண்டிருந்த
சிறு உயிர்
எனக்குச் சொன்னது

நீந்திக் கரைசேர்.

நகரத்தின் பூர்வீகம்

அகன்ற தெருவில்
தலைவிரித்தாடும்
தென்னையின் காற்று
நெஞ்சில்படும் போதும்

காலிமனைக்குள் புற்களோடு
வேம்பும்
இலந்தைச் செடியில் பழங்களும்
தென்படும்போதும்

மழை ஒடுங்கிய இரவில்
மின்சாரம் துண்டித்த இருளில்
ஒளிர்ந்து நகரும்
நட்சத்திர வெளியை
தரிசிக்கும் போதும்

விபத்துக்குள்ளான
ஒருவனைக் காக்க
தன் வாகனங்களை நிறுத்தி
ஆளுக்கொரு திசையிலிருந்து
ஓடிவரும் ஆட்களை
காண்கையிலும்

மழை நாளில் சாலையோர
மரத்தின் கிளையில்
வாலாட்டும் அணில்களை
அண்ணாந்து பார்க்கையிலும்

நகரத்தில் மறைந்துபோன
கிராமம் உணரப்படுகிறது.

சீனு ராமசாமி

அழைக்கிறது

இரவில் பாத்திரங்களை
உருட்டிய அதன் முன்னோர்களை
அறிந்திருக்குமாயென அறியேன்.

கவ்விய எலிக்கு
கருணை
காட்டாதவர்களின்
வம்சாவளி எனினும்
அதன்
ஒளிரும் கண்களில்
தேங்கிய அன்புண்டு

சிறு தொல்லை இல்லை
குறுக்கே கூட பாய்வதில்லை
கார் நிறுத்தமே
உறக்க ஸ்தலம்.

மதியவேளை உணவுக்கு
நகரத்தின் அடுக்குமாடி குடியிருப்பு
இவ்வீட்டின் முன்
ஒரு குழந்தையைப் போல
உட்கார்ந்து சப்திக்கிறது
அந்த சாம்பல் நிறப் பூனை.

வளரும் இடம்
வளர்க்குமோ
அதன் குணத்தை?

தேடல்

பசித்தால்
தானே
உண்ணும்

பசியா குழந்தையோ
ஊட்டினால்
கக்கும்
ஊட்டிய விரலை
கடிக்கும்

எதையும் தேடிப் போய்
தராதே
தேடுபவனுக்கு தா.

O

சீனு ராமசாயி

வார்ப்பு

சந்தோசமற்ற குழந்தைப்
பருவம்
எல்லாப் பருவங்களிலும்
அதன் குணாதிசயங்கள்
தொற்றித் தொடரும்

மனிதன் தன் குழந்தைப்
பருவத்தின்
உடல் வளர்ந்த பிம்பம்

அவன்
தோல்வியில்
துக்கத்தில்
பயத்தில்
ஏன்...
காரணமின்றி கூட
கண்ணீர் வராமல்
அழும் குழந்தை

பிறப்பின் பத்து வயதுக்குள்
பறக்கும் பலூன்களே
இறுதி வரைக்கும்
சந்தோசத்தின் மேகத்திரள்கள்.

நவீனக் கிணறு

கையளவு அலைபேசி
மூட முடியாப் புத்தகம்
நேரந்திண்ணி
விழுந்தால் எழமுடியா
மாயக்கிணறு

புத்தகங்கள்
பேனாக்கள்
சந்திப்புகள்
கடிதங்கள்
சுற்றம்
நட்புயென
கையளவு மாயக்கிணறு
நிறைய
விழுங்கியிருக்கிறது

மது அடிமைகள்
மறுவாழ்வு மையம் போல
இக் கிணற்றுக்குள்
மூழ்கியோரை மீட்க
மையம் ஒன்று உருவாகும்
எதிர்நாளில்..

மூத்த உயிர்

நீண்டு வளர்ந்து
நூற்றாண்டுகள்
காற்றை புசித்து
கிளைக்கரங்கள் பரப்பி
நிழல் விழுந்த தரையில்
காலகாலமாக
முத்தமிட்ட வளரிளம் பருவத்தார் மீது
உதிர்ந்திருக்கின்றன என் பூக்கள்.

அறுவை எந்திரக்காரனுக்கு தெரியாது
அவன் தாத்தன் கண்ணயர்ந்தது

என் மடி
விறகான பின்பு
வியாக்கியானம்
வீண்

வெட்டப்பட்டபோது
முறிந்து மயங்கிற்று
என் காலம்

நிழல் விழ்ந்த இடமெல்லாம்
சிதறுண்டது கிளைக்கரங்கள்.

என் அழிதலில்
உண்டு ஓர் உண்மை

சருகு
உதிரும் ஓசை
தளிர் உதிக்கும் ஓசையென்று உணர்

கரையான் தொற்றிய
உடலெனினும் ஈரம் இருப்பின்
உண்டு வாழ்வு...

O

சீனு ராமசாமி

பாப்பா

குருவி பறப்பது
குருவி அங்கும் இங்கும் பார்ப்பது
தன் சிறிய அலகுகளால்
தானியத்தை உண்பது
சக குருவிகளுடன் சத்தமிடுவது
மேசைகளில் தாவி
ஜன்னல் கம்பிகளில் அமர்வது
இவையாவும் மகள் பிறந்த
வீட்டில் நிகழ்கிறது.

◐

துணிவற்ற இசை

மொட்டை கடுதாசிகள்
துணிச்சலற்ற அறத்தையும்
சில சமயம் துர்வாசம் வீசும்
சாபத்தையும்
சுமந்தலைகின்றன

மொட்டைக் கடுதாசிகள்
பொறாமையின்
கதகதப்பில்
மையல் கொண்ட காதலனின்
காமஇச்சை போல லஜ்ஜையற்று
எழுதப்படுகின்றன.

மொட்டைக் கடுதாசிகள்
நீருக்கடியில் பதுங்கியிருக்கும்
பழியுணர்வுமிக்க
முதலைகள்.

மொட்டைக் கடுதாசி
கோழையின்
வாள்.

மொட்டைக் கடுதாசி
இயலாதானின் வீரம்
ஏக்கப் பெருமூச்சு

மொட்டைக் கடுதாசி
இறந்தவனின் ரோமங்கள்

மறைந்தலையும்
குற்றவாளியின் கண்களுக்கு
மொட்டைக் கடுதாசி ஆபத்தானவை.

மொட்டைக் கடிதாசிகள்
வளரிளம் பருவத்தில் பிரியத்தை
சொல்லத்துடிக்கும்
துணிவற்ற காதலின்
இசை.

O

நோய் மாற்றும்

நாங்கள் இரக்கமின்றி
இரசாயன கரங்களால்
மாம்பழத்துள் வசித்த
வண்டினத்தை விரட்டினோம்
அது எங்கள்
நுரையீரலுக்குள்
நுழைந்து விட்டது

நிழல் தந்த
மரங்களின் வேருக்கு
நீரூற்றாமல்
நகரத்தை
மொய்த்தோம்
இன்று
தப்பியோடும் எங்களை
வரவேற்கக் காத்திருக்கிறது
ஏதோ ஒரு மரம்

உப்பி இருந்த நகரத்தின்
வயிறு குளிர
தென்மேற்குப்
பருவக்காற்றின் சாரல்
மழைவீசத் தொடங்கி விட்டது.

சீனு ராமசாமி

வாக்கு

சொல் என்பது தான்
நிறைவேற்றத்
தவித்தலையும்
இல்லாதானின் வாக்காகவும்

சொல் என்பதுதான்
நெஞ்சுக்கடியில்
ஒளி நிறைப்பதாகவும்

சொல் என்பதுதான்
கயிற்றில் தொங்கியவளுக்கு
தாங்கமுடியாத தருணமதின்
விபரீத ஊக்கமாகவும்

சொல் என்பதுதான்
ஆத்திரத்தில் அவன்
சிறையின் வேப்பமர நிழலில்
புகைப்பதாகவும்

சொல் என்பதுதான்
விரல் பற்றித்
தன்னுடலை அவள்
நம்பித் தந்தமையாகவும்

சொல் என்பதுதான்
கருவேலங்காட்டில்
மஞ்சள் விதைகளை மிதித்து
நிழல் இருளுக்குள்
தப்பியோடிய
விசாரணைக் கைதியாகவும்

சொல் என்பதுதான்
பாவ மன்னிப்பாகவும்

சொல் என்பதுதான்
விவரிக்க முடியா
காலம் தரும்
தண்டனையாகவும்

சொல் என்பதுதான்
விம்ம வைக்கும்
கருணையாகவும்

சொல் என்பதுதான்
நினைவின் ஈரப்பாதையில்
ஓடும் பால்யத்தின்
கால்களாகவும்

சொல் என்பதுதான்
ஒசையுடைய அன்பாகவும்
சொல் என்பதுதான்
மதுவின் செம்மைமிக்க
போதையாகவும்.

O

சீனு ராமசாமி

கணக்கன்

இரவுக்குள் தந்து விடுவதான
வாக்குறுதிக்குள்
சிக்குண்ட ஒரு பறவையின்
நியாயமான சிறகசைப்பு
எனது காத்திருத்தல்

வெயில் அரும்பத் தொடங்கிய
அவன் அலுவலக முற்றத்தில்
நாளிதழின் கடைசிப்பக்கம் வரை
வாசித்தக் களைப்பில்
அயர்ந்தன கண்கள்

மாலையில் தருவதாகச்
சொன்னவனின் சொற்களை
இயலாதவனுக்கு அருளப்பட்ட
அப்பமென
நகரத்தில் இரண்டு மணி நேரம்
கடத்துபவனின் செயலற்ற வேடிக்கை

இப்போதும் அவன் தந்து விடுவதற்கான
சாத்தியங்கள் குறித்த
தீவிர சிந்தனையுடன்
இரவின் நகர்ப்புற வீடடையும்
தவிப்பில் சலிப்புற்ற
விளக்குகள்
என்மீது பட்டு மறையும்
அவன் வீட்டு முனைத்தெருவில்
நிற்கிறேன்.

◐

அலுமினியப் பறவையின் சிறகிலிருந்து...

மேலிருந்து பார்த்தால்
பிள்ளை பெற்ற வயிறு போல்
கோடுகளால் ஆனது பூமி!
பாதுகாப்பு தகவல் தரும்
வட மாநில நங்கையின்
முழங்கால் உறைக்கவசத்தில்
இருந்த கவளம்
அவளது அறிவிப்பில் இல்லை...
புரிந்ததைப் பார்ப்பவன்;
புரியாததைக் கேட்டான்!

'திருவிளையாடல்' நாரதர் போல்
மேகங்களுக்கிடையே நிகழ்ந்தது
முதல் விமானப் பயணம்
ஆகாயத்தில்
பறக்கும்போது உணர முடிகிறது...

மரத்தில் குஞ்சுகளை விட்டுவிட்டு
இரைக்கு அலையும் நிலை!
விருப்பத்தைச் சொல்லாமல்
தேக்கிய உன் வைராக்கிய
கண்களிடம் பயின்றிருக்கலாம்
ரெக்கை அசையாமல்
பறக்கும் வித்தையை!

'ஊழல் புகாரா... அப்படியா?' என்பதற்கு
சிரித்து ஆச்சர்யம் காட்ட...
'பவுடரும்' பூசினார் தலைவர்.

தனக்குத் தரும் மதுவை
விமானிக்கும் தந்தால்தான்
பறத்தலின் வீரியம் தெரியும் என்பான்
மூன்று கோப்பைக்கு மேல்
அருந்திய விமானப் பயணி!

வகிடு எடுத்த நிலப்பரப்பில்
ஓடிப் பறந்தது இயந்திரப் பறவை...
செந்நிற வயல் நண்டுகளைத்
தூக்கிக்கொண்டு பறப்பதாக
ஓடுதளத்தைக் கொத்தி அலறியது
வடமதுரை வெண்ணிற நாரை!

O

மனதினால் வந்த நோய்!

புறம் பேசுவது பெண்மை குணம் என்றவன்
புறம் பேசுபவன் கூட்டத்தின் தலைவனாக
இருக்க வேண்டும்.

புறம் பேசுபவன் துரோகி அல்லன்
அவனைப் பற்றி
உலகம் கொண்டிருக்கும்
கருத்தறியாத பேதையன்.

புறம் பேசுபவன் பாதத்தைத் தொட்டு
கைகளில் முத்தமிட்ட பின்னே
தொடங்கும் அவனது முதல் வார்த்தை.

புறம் பேசுதல் ஒருவகை
கற்பனையின் செயல்பாடு

தான் அறிவுநிலையின் சிகர ஒளியை
காட்ட விரும்புவன்
இதற்கு பலியாவது தவிர்க்க இயலாது

சீனு ராமசாமி

தகவல் பரப்பியல்ல
ஒரு வகை அறிவு சேகரிப்பு.

காழ்ப்புணர்ச்சியில் உயிர்க்கும்
இவ்வகை
புழுக்கள் இனத்தவை.

பெரும்பாலும் உண்ட இடத்திலும்
வாய்ப்பு பெற்ற இடத்திலும்தான்
இதன் முதல் பல் முளைக்கும்.

புறம் பேசுதலின் பாடுபொருள் பலகீனத்தில் வீடும்
சிறுமை செய் நோக்கத்தில்
தலைப்பாகையும் அணிந்து
தன்னை மகாராஜாவாக
நினைவுச் சுருளில் உலவும்.

புறம் பேசுதல் கவிதை
புறம் பேசுதல்
கதை
புறம்பேசுதல்

அரசியல்
புறம் பேசுதல்
கருத்துக் கணிப்பு.
புறம் பேசுதல்
தன் கணிப்பு தோற்றுவிடக் கூடாதென்கிற
தவிப்பின் உச்சம்.
புறம் பேசுதல்
காதலிக்கு முத்தம்.
புறம் பேசுபவன்
உண்மை நட்பு
உண்மை பகை
இழப்பான்.

புறம் பேசுதல்
கணநேர சந்தோஷம்.
கணக்கில் வராத பாவம்.
புறம் பேசுபவர்கள் இல்லாமல்
உண்மை, புகழ் இல்லை.
ரகசியம் காப்பவனுக்கு உண்டு
இவ்வுலகில்
அதிக விலை.

◯

சீனு ராமசாமி

நினைவில் காற்று

என் வாழ்வின்
எல்லா இடத்திலும்
இருக்கிறது
ஒரு மரம்,

கண்
நிறைந்து பார்த்திருக்கிறது,

சிந்தையில்
எப்போதும் அசையும்
மரத்தின் நினைவின் இசை.

O

வியர்வை உணர்தல்

ரேகையிட்ட பத்திரம் ஒன்றின்
பழுத்த எழுத்துக்கள்
மூதாதையரின் கண்கள் எனவும்
அவர்தம் உழைப்பின்
மக்கிய வேர்வையாகவும்
பார்க்க முடிந்த சந்ததிக்கே உண்டு
பூர்வீகமாக
ஒரு நிலம்
ஒரு வீடு..

◐

சீனு ராமசாமி

இசைஞன்

ஒரு ரெக்கையில்
பறக்கும் பறவை ஆர்மோனியம்.
அதன் மறுரெக்கை
இசை ஊறும் உன் உள்ளம்.

இவ்விரண்டில் பொதுவானம்
நீலம்,

மேகமெனில் அதுவும் நகரும் இசை

யாவரும் அண்ணாந்த
தரிசனம்!
அதன் ஓசையின் பேரொளி

புவனமெங்கும்
அதன் நிலம்
நிலமெனில்
கானகம்
கடல்

அசையும் உலகம்
நினைவின் இசை.

அசையாப் பொருளிலும்
அசைக்கும் இசையுண்டு
அறிந்தால்
உன் அருகில் இருக்கலாம்.
அதன் பெயர் கடல்.

உன்னை அறிதல் இசை
அது நிசப்தத்தின் இசை என்பேன்.

கைவிடேன்
என்று
சத்தியமிட்ட ஒரு கை
மேல்கையின்
இசை உன்னுடையது

உன் பெருமை என்பது
நாசித்துவாரத்தில்
வெளிவரும்
ராகத்தின் ஊற்று,

மற்றவையாவும்
இவ்வுலகில்
வாழாது
சுவடின்றி மறையும்
புதிர்.

உன் வாழ்வில்
நானின்றிப் போனாலும்
காதுகள் பிறந்திருக்கின்றன.

அதன் செவிப்புலத்தின்
ஆழத்தில்
மரம்
கடல்
வானம்
கானகம்
நிலமென்னும்
வாழ்வு
இசைத்திருப்பாய்
அசையும் பிரபஞ்சமென.

◯

சீனு ராமசாமி

இணையதளத்தில் உறையும் கதைகள்

ஒரு உருத்தெரியாத
மக்கியப் பிரேதம்
மலையடிவாரத்தில் கிடக்கிறது

அது பெண்ணாக இருக்கலாம்.

அது
கொலை எனில்
இறந்தவளின் துயரம் மிகக் கொடியது
வஞ்சனையின் நீளப்பாம்புகள்
கொத்தாக தீண்டியிருக்கலாம்.

முகமூடி அணிந்த
தடஅறிவு பெண்ணொருத்தி
தீய்ந்திருந்த சதையின் ஊடே வெளியேறும்
காட்டெறும்பின்
கண் கொண்டு ஆய்ந்தாள்.

பிரேதத்தின் வாய்ப் பகுதியில் கட்டுகள் இல்லை
திறந்த நிலையில்
இருக்கிறது
பல் எலும்புகள்.

இறந்தவளின் அலறல்
காடு முழுக்க கேட்டிருக்க வேண்டும்.

காட்டு விலங்குகளின் இறைக்கு சதையும்
மருத்துவப்
பரிசோதனைக்கு
எலும்புகளும் கிடைக்கச் செய்யும்
தந்திரத்தின் பயங்கரம் அரங்கேறியிருக்கிறது.

வெளிநாட்டில் இருந்து இறக்குமதியாகியிருக்கும்
தொடர்களை தொடர்ந்து காணுங்கால்
பின்
தூக்கத்தின் கனவுத் திரையில்
அச்சங்கள் இவ்வகை சித்திரங்களாகின்றன.

நள்ளிரவில்
ஒரு டம்ளர் நீர் அருந்தியும்
அசையும் ஜன்னல் கதவினை
ஒரு கணம் பார்க்காமல்
திரும்பத் தூங்க முடியவில்லை.

☾

சீனு ராமசாமி

நினைவுக்கூடம்

பிரிந்து கிளை விரித்து
வெவ்வேறு தெருக்களை
உள்ளடக்கிய
நகரத்துச்சாலைகள்
ஆயிரமிருப்பினும்
ஒரே சாலையில்
ஒரே தெருவில்
ஒரே குறுக்குச்சந்தில்
பயணித்து வீடடைகிறேன்.

மாட்டின்
மூளையென நிகழ்வதாக
யாரும்
அவதானிக்க வேண்டாம்
நகரத்தை சிற்றூராகத்
தழுவிய
மனவெளியின் தவிப்பில்
புதிய சாலைகள் தரும்
மறைமுக கவனிப்பை
ஏற்க மனமின்றியே
ஒரே சாலையில்
ஒரே தெருவில்
ஒரே குறுக்குச்சந்தில்...

ஒரு வீட்டைப் பற்றிய உரையாடல்

உன்னை ஒளிரச் செய்யும்
இமை
அவ்வீட்டின் ஜன்னல்

உனது அடிவயிறு
இளஞ்சூடான மொட்டை மாடி
அதுவே மழைக்காலங்களில்
குளிர்ந்த உள்ளங்கை

என்னை இறுக்கிச் சாய்த்து
முத்தமிட்ட ஸ்தலம்
அவ்வீட்டின் சுவர்

பல சமயங்களில்
உனது வருகையாகவே தோன்றியது
வாசல்

கட்டில் அல்ல அது
உனது கருணை
இடமல்ல
அது என் இல்லம்

அவ்வீட்டைக் கண்டடையும் பாதையில்
நிழற்சாலை பிரியும்
திருப்பத்தில் நிற்கிறேன்
நீ அவ்வீட்டை விட்டு
வெளியேறிய பின்பும்.

◯

சீனு ராமசாமி

வழித்தடம்

பின்
உனது வீடு உன்னால்
மறைக்கப்பட்டது

உன் வீட்டையும்
பாதையெங்கும்
வழித்தடமாக
உனது சத்தியத்தை
கசிந்துருகிய
உனது சொற்களை
விதைத்துவிட்டு வந்தேன்

துணையின்றி அமைதியில்
தனியே அவ்வழியே
நீ வர நேர்ந்தால்
அவை
உன்னோடு
உரையாடக்கூடும்.

◯

வருகை

நகர
வீட்டு உரிமையாளரின்
நீர் செலவீடு பற்றிய
நிபந்தனையாலும்
இரண்டு பேருக்கு மேல்
தங்க அனுமதி மறுக்கப்பட்ட
இரவில்
பையுடன் வந்து நிற்கிறான்

என்ன சொல்லி
திரும்ப
அனுப்புவது?

கனவுகளும்
கற்பனைகளும்
நம்பிக்கைகளும்
கண்களில் ஒளிரும்
வளரிளம் பருவத்து
என் சிற்றூர் தம்பியை.

திறந்திருக்கும் கதவுகள்

இறப்புக்கு முன் சந்திப்பில்
என் அறைக்கு வரும்
விருப்பத்தை வலியுறுத்தி
கைகளைப் பற்றினாய்

அறையின்
கதவுகளை
திறந்தே
வைத்திருக்கிறேன்
நண்பா

இந்நள்ளிரவில்
பெரும் மழைக்
காலத்தில்
குதிகாலைத் தூக்கியபடி
வருவாயா?

                            (மதுரை செல்வத்திற்கு)

அமரர்

அமர்ந்து நடுங்கும் விரல்களால்
உஷ்ணம் தணிவதற்குள்
முதல் பருக்கைகளை
நெற்றிக்கு நேரே
வணங்கி உண்ணும்
ராமசாமி தாத்தா
என் வாழ்வைப்
பற்றிக்கொள்ளும்
தாகத்தை
அருந்த கற்றுத்தந்து
பின்பு ஒரு நாள்
அமரரானார்

◐

சீனு ராமசாமி

நள்ளிரவு

விளக்குகளை ஒளிரச் செய்யாமல்
ஓசையின்றி வீட்டை விட்டு
வெளியேறி நிற்கையில்
நள்ளிரவின் குளிர்ந்த
காற்று

பின்புறம் நின்று
எனக்குத் தெரியாவண்ணம்
கவனிக்கிறாள்.

ஒளி உமிழும் சத்தம் கூடத் தராமல்
நான் வெளியேறிய
நிசப்த இரவில்
எந்த நினைவின் ரூபம்
அவளை எழுப்பியது

மௌனம் அப்பிய
இரவில்
என் படுக்கை விரிப்புக்குத் திரும்பினேன்.

அவள் வாசல் கதவைப்
பூட்டும் சத்தம்
ஒரு பறவையின் சிறகசைப்பாகக்
கேட்டது.

(அம்மாவுக்கு)

அதிர்வு

திருச்செந்தூர்
இராமேஸ்வரம்
கன்னியாகுமரி
முக்கடல் சந்தித்து
அலைகளோடு
வீட்டுக்கு வந்தேன்

வீட்டில்
தூசிக்கோளமாக
புகையடுப்பின் முன்னே
இருமியபடி
ஊதிக் கொண்டிருந்தாள்
அம்மா

என் கடல்
உள் வாங்கியது.

○

சீனு ராமசாமி

கடக்காமலேயே

பின்தொடர்ந்து
பின்தொடர்ந்து
பின்தொடர்ந்து
என்னைக் கடக்காமலேயே
நிற்கிறாள்
குற்றமற்றவன் போலவே
நடப்பது
என் சுபாவம்

(மனைவிக்கு)

○

பின்புலம்

கம்மல்
மூக்குத்தி
தாலிக்கொடி
மூன்றும்
மீட்கப்படும் இந்நாளில்
நீ
இவையனைத்தையும்
கழட்டிய
பின்னணியின் இசை
விவரிக்க முடியாத
பெருந்துக்கம்.

○

சீனு ராமசாமி

தத்துவம்

வேரில்
சிறுநீர் கழிக்கிறான்
பேரன்.

பாதங்களைப் பெயர்க்காமல்
பொறுத்துக்கொள்கிறது
அந்த தாத்தா மரம்.

O

அலைச்சல்

நலமோடு
இருப்பேன் இந்நகரில்
பின் தொடர்ந்து
வரும் நீ
திரும்ப வேண்டும்

உன் ரூபமற்ற
வருகையை உணர்ந்து
இலைகளும் பூக்களும்
சலனிக்கின்றன
இத்தெருவில்

திரும்பவும் சொல்கிறேன்
உன் பேரனாகிய நான்
பத்திரமாக இருப்பேன்
இந்நகரில்

(அமரர் ராமசாமி தாத்தாவிற்கு)

சீனு ராமசாமி

மலையறிதல்

வெய்யில் காலங்களில் ஊருக்கு
அடர்ந்த நிழல் படுக்கை
மழைக்காலங்களில்
குரங்கு குட்டிகள் வழுக்கி
விளையாடும் பூங்கா

மலைக்குப் பின்புறம்
மயில்கள் அருந்தும்
நீர்த்தேக்கம்
பின்பு புணர்ந்துருக வனம்

மலையல்ல
என் முப்பாட்டன்
விழுந்து வணங்கிய
சிறு தெய்வத்தின் வாசஸ்தலம்

என் மகளுக்கு ஆச்சரியம்
எனக்கு அம்மை

அவ்வூரைவிட்டு
வெளியேற சித்தமானபோது
இறுகிப்போன
மௌன சொரூபம்
இப்படியாக ....
குரங்குகளும்
மயில்களும்
இன்னபிற பூச்சியினங்களும்
பல்கிப் பெருகிய வாழ்வை
உணரத் தலைப்பட்ட
வயதொன்றின்
பின்னிரவில்

நட்சத்திரங்கள் சூழ்ந்துறங்க
மலை
மூச்சு விடும் சத்தம்
எனக்குக் கேட்டது

(திருப்பரங்குன்றம் மலைக்கு)

தோற்றம்

எல்லோருக்கும் மலை
எனக்கு
பயங்காட்டியின்
எலும்புத் தலைக் கூடு

தாத்தாவிற்கு அது
உயரமான இடம்
எனக்கு
மூளை சூடேறிய
முன்மண்டைக்காரனின்
சாயலில் நிற்கும்
கரும்பாறை

விடுமுறை நாட்களில்
அனைவருக்கும் அது
மலையேற்ற ஸ்தலம்
எனக்கு
ஊர் சுற்றி வரும்
யானையின் உடம்பு.

○

காசு கேட்கிறாள்

இடப்பக்கம்
நகர முனையும் என்னிடம்
கைகள் நீட்டி
ஊருக்குப் போக
காசு கேட்கிறாள்

பின்புறம்
அழுக்கு வேட்டியுடன்
இழுத்து வந்தவனோ
அழைத்து வந்தவனோ
கருக்கலைப்புக்குத்
துணையாக வந்தவனோ
முறைப் பையனோ
பூச்சிமருந்து குடித்து
உடன் சாக வந்தவனோ
தெரியாது.

பின் நகர்ந்து
செல்லும்
எனக்கும்
அவளுக்கும் அவனுக்கும்
தெரியாமலில்லை
பிழைக்க மட்டுமல்ல
பிச்சை.

சீனு ராமசாமி

இசை என்னிடமில்லை

ஒரு குதிரைக்கு கதை
சொல்ல வேண்டியிருந்தது

வருடி
தடவி
புகழ் உதிரும் வெற்றுச் சொற்களால்
வளர்க்கப்பட்ட பாதையில்
நீண்டு ஓடியிருந்தபடியால்
என் இயல்பான கதை மொழியில்
அது மயங்கவில்லை .

மயக்கும் நோக்கமும்
எனக்கில்லை.

தன் குளம்பொலி அதிரும்படியான
பாடலை இசைக்குமாறு
அது வற்புறுத்தியது.

அதன் விருப்பத்தின்
இசை என்னிடமில்லை .
கால்களை நம்புகிறவன்
குதிரைகளை நம்பக்கூடாதென
எண்ணியபடி
அவ்விடத்தை விட்டு
வெளியேறினேன்.

○

மின்னல்

உதிர்ந்து விழும்
அவள் கூந்தல்
கருமையிலிருந்து
மின்னல்
கோடு நிறத்தில்
பிரிந்து வந்தது
ஏக்கப் பெருமூச்சின்
நரம்பென
பத்திரப்படுத்தினேன்.

O

சீனு ராமசாமி

குற்றம்

வகுப்பறையில் சாய்த்து
தவிக்கத் தவிக்க தந்த
முத்தத்தின் பின்னணியில்
இருந்த நபரின் பெயர்
ஷேக்ஸ்பியர்

ரோமியோவும்
ஜூலியட்டும்
உதட்டோடு உதடு பதித்த
தருணத்தை விவரித்த
அருணாசல வாத்தியாரும்
மறைமுக வினைஊக்கி.

தனிமை தந்த துணிவும்
ஷேக்ஸ்பியரின் கரகோஷமும்
மான் குட்டிபோல
சாதுவாகத் தெரிந்த
அவளை மடக்கி
அழுந்தப் பருகினேன்

அவள் கேசத்தில் படிந்திருந்த
மிகையான ஆமணக்கு எண்ணெய்
சாட்சியாக
கரும்பலகையிலும் என் சட்டையிலும்

வெயிலில் காயம் ஏற
முட்டிக்காலிட்டு
நின்ற என் முன்னே
ஒன்றுமே தெரியாதது போலப் போனார்
அருணாசல வாத்தியார்
முக்கிய குற்றவாளி
ஷேக்ஸ்பியரைத் தேடினேன்.

O

கூடல்

யாவரும் உறங்கிய
மதிய வேளையில்
கிடைத்த தனிமையில்
இழுத்து அணைத்தபோது
மருதாணி விரல்களில்
பூண்டு ரச மணம்.

துன்பச்சுழல்

புணர்ச்சியின் போது
குளத்துள்ளிருந்து வெளிவந்து
பின் மூழ்கி
மறைகிறது
உன் முகம்
இத்துயர்
உனக்கா
எனக்கா
முயங்கிக் கொண்டிருக்கும்
அவளுக்கா ?

O

சீனு ராமசாமி

உனக்கும் எனக்கும்

உனக்கு
வெறும் சம்பவம்
எனக்குக்
கூடறுந்து விழுந்த
பரிதவிப்பு

உனக்குப்
பின்னிய வலையில்
செத்த
ஒரு பூச்சி
எனக்கு
என் பூத உடலைத்
தூக்கித்திரியுமொரு
அவஸ்தை

பால் சுண்ணாம்பு

சுவர் பூசாத கட்டடத்தில்
கிடந்த உள்ளாடையின்
பின்புறத்தை இணைக்கும்
கொக்கிகளுக்குப் பதிலாக
ஊக்குகள்

கொக்கிகளுக்கு பதில்
எப்படி
ஊக்குகள் வந்தன

அது தனிக்கதை
தனிக்கவிதை.

O

பிரயோகம்

கோபத்தில் பதுங்கியிருக்கிறது
காட்ட இயலாத அன்பென்றேன்

கோபத்தில் கொலை செய்கிறார்கள்
அதையும் அன்பென்றேன்

மனைவியை சந்தேகிக்கிறான்
பேரன்பென்றேன்

தற்கொலைக்குத் துணிகிறார்கள்
அன்பை ஆளத்தெரியவில்லையென்றேன்

நாள் குறித்து
ஆரோக்கியம் கவனித்து
தனிச்சிறை பூட்டி
காத்திருந்து
காத்திருந்து
தூக்கிலிடுகிறார்கள்.

தோற்றுப்போன நீதி
பிரயோகிக்கும் வன்முறையின்
அன்பென்றேன்.

O

புறக்கணிப்பு

அக்கல்லறைத் தோட்டத்தில்
மலர்க்கொத்துகள்
கையில் ஏந்தியபடி
தன் அன்பை
காதலை
கண்ணீரை
மண்டியிட்டு ஒப்புக்கொடுக்கிறார்கள்
பின்னெழுந்து
வந்த வழியே போகிறார்கள்
அவன் வந்தபோது மட்டும்
கல்லறைக்குள்
அவள்
திரும்பிப்படுத்தாள்.

○

ஆரம்ப சுகாதார மருத்துவமனை

புளிய மரங்களின் மூச்சுக்காற்றில்
ஒளிரும் மஞ்சள் விளக்கின் கீழ்
விதியைப் புலர்த்தும் கர்வத்துடன்
பின்னிரவில் கதவைத் திறந்தனர் செவிலியர்

வலியின் தீவிரம் பரவத் தொடங்கிய
நேரத்தில்
தேங்கிய அன்போடு
எனைவிட்டுப் பிரிந்து சென்றன
அவளது கண்கள்

நம்பிக்கையும்
நம்பிக்கையின்மையும்
பிரார்த்தனையும்
என் கைகளில் ஏதுமற்று
காலத்தின் முன்னே
மண்டியிட்டு நின்றேன்

பெயர் தெரியாத பூச்சிகளும்
பறவைகளும்
தவளைகளும்
வண்டுகளும்
வாழ்ந்தலையும் இவ்விடத்தில்
உனது வருகை
இனிதே நிகழ்ந்தது

உனது வருகையைக்
கொண்டாடும் விதத்தில்
உன்னைச் சுற்றிப்
புளியமரங்கள்
பூத்திருந்தது
மகளே.

மகள் பேச்சு

காலம் கற்றுத் தந்ததோ
பயமும், பயனற்ற வீம்பும்
கசந்த நினைவுகளும்
என்னிடம் எதுவுமில்லையென்று
ஒப்புக் கொண்டாலும்
கேள்வி மேல் கேள்வியாகக்
கேட்டுக் கொண்டே இருக்கிறாள்
நான் அவளிடம்
கற்கத் தொடங்கியிருப்பது
அவளறியாதது.
சொற்கள் உமிழ்நீரைப் போல
உருத்திரண்டு வரும்
அதிசயத்தின் முன்
மௌனமாக வாய்பொத்தி
குருவே நமக.

○

வரம்

உனக்குக் கொண்டு வர
அக்கனிகளை நோக்கி
கைகள் ஏந்தியே
பிரார்த்திக்கிறேன்
அந்த மரமே
விழுந்தது
O

சீனு ராமசாமி

உடன் வந்த உயிர்

பள்ளியிலிருந்து
வீடு திரும்பும் வழியில்
ஒரு காலிமனைக்குள்
பிறந்திருந்த நாய்க்குட்டிகளை
அள்ளிக்கொண்டு வருவாள்
என அறியாதிருந்து விட்டேன்.

இரவு நெருங்க
பிள்ளைக்குக் கவலை கூடி
கணக்கு நோட்டில்
விடை எழுதாமல்
விடப்பட்டிருந்தது
ஒரு வாய்ப்பாடு,

மழை வந்து விடுமோ
காற்று
மரங்களை அசைக்கின்றனவா
என்பதை
ஜன்னல் இமைகளைத் திறந்து
கவனித்தாள்.

வெறித்து கார்ட்டூன்
பார்த்துக்கொண்டிருந்த அவள்
பப்பிகள் இரவில்
எப்படித் தூங்கும் அப்பா
என்றாள்.

பின்பு
கண்மூடித் தூங்கும்
அவள்
காலிமனைக்குள்
தன் போர்வையுடன்
சென்றுகொண்டிருக்க
அவள் பின்னே
நானும் சென்ற போது
எங்களுக்கு முன்னம்
நிறைய குழந்தைகள்
ஆளுக்கொரு நாய்க்குட்டியை
மடியில் தாலாட்டியபடி
இருந்தனர்.

◯

பகல் சூரியன்

அவள் குளக்கரையில்
கால் நனைத்த நிமிடத்தில்
நடுக்கமுற்றது
அப்பொழுது அது
வெளிர்மஞ்சள்
நிறமாயிருந்தது

பின் பலாச்சுளை உதடுகளை
பொட்டல் வெளியில்
கவ்விய தருணத்தில்
இடையே நழுவியது
அப்பொழுது அது
கருஞ்சிவப்பில்
பழுத்திருந்தது.

அவள் கைகளைப் பற்றிக்கொண்டு
தேவாலய வெளி பிரகாரத்துக்குள்
திரிந்தபொழுது
அது கோபுர பின் பகுதியில்
மறைந்திருந்தது

அவள் அவனோடு
முயங்கிய பொழுதில்
ஜன்னலோரத்தில் அது
இறந்து கிடந்தது.

மயக்கநிழல்

விறகுக் கட்டைகள்
அவிழ்ந்து சரிந்தோடிய
பின்னணியில்
அவளோடு முயங்கிய
சருகு வழிப்பாதைக்கு
நிழல் தந்து அணைத்தது
அந்த சிறுமலை

◯

வெக்கை காலத்தின் இசை

மரப்பூ உதிர்கிறது
மரம் உணர்கிறது
பாதை மறைகிறது

பருவ மாற்றத்தில்
பருகிய நினைவில்
அனல் காற்றில்
இறக்கை விரித்து
விர்ரென்று தேனீ
அரற்றுகிறது.

◐

ஆக்ரமிப்பு

பனியடர்ந்த
கொண்டை ஊசி வளைவில்
திரும்பிய பேருந்தை
இடைமறித்து மிரண்ட
காட்டு முயலுக்குத்
தெரிந்திருக்குமா
ஊடுருவல்காரர்களின்
வன்முறை.

சீனு ராமசாமி

வான் மிருகம்

காதுகளைத்
திருப்பிக்கொள்ளும்
ஆழ்கடல் திமிங்கலம்

பறந்து வெளியேறிவிடும்
பறவைகள்

ஓடி ஒளியலாம் விலங்குகள்
ஊர்ந்தோ
தவழ்ந்தோ

மரவள்ளிக் கிழங்குகளும்
அது முளைவிடக் காத்திருக்கும்
அம்மக்களும்
எப்படி தப்புவது?
தூரத்தில் வருகிறது
ராணுவ விமானம்.

○

அகதி

சுடும்
வெய்யிலில்
புறநகர்க் காவல் நிலையத்திற்கு முன்பு
கொட்டப்பட்டிருந்த மண்ணை
அள்ளிக்கொண்டிருந்தான்

குற்றவாளியைப் போல
அறவே இல்லை
அவனது தோற்றம்

அள்ளிய மண்ணைக்
காவல் நிலையத்திற்குப் பின்புறம்
கொட்டச் சொல்லி
உத்தரவு
கையூட்டு தர இயலாத
காரணத்தாலும்
வசிப்பிடச் சான்றிதழ்
பெறுவதற்காகவும்

அந்த
யாழ்ப்பாணத் தமிழனுக்கு
இவ்வேலை
ஏவப்பட்டிருக்கிறது
யாழ்ப்பாணமோ
இந்தியாவோ
எங்கோ
காவல்நிலைய வாசலில்
கொட்டப்பட்டிருக்கும் மண்ணை
அள்ளிக் கொண்டிருக்கின்றன
நாடற்ற கைகள்

◯

சீனு ராமசாமி

இரவு குரல்கள்

பேருந்துக்குக் கட்டணமின்றி
தவிப்பவனின் குரலாகவும்
மரணச் செய்தியை
விசும்பும் குரலில்
அறிவிப்பதற்கும்
பகலில் முரண்பட்டதை
குடிபோதையில்
விளக்கமளிக்கவும்
கடன் தந்தவனின்
ஆற்றாமையாகவும்
ஏதோ ஒரு வடிவில்
நள்ளிரவில் அச்சுறுத்துகிறது
இருப்பிடத் தொலைபேசி.

☾

ஏங்கும் மனம்

அட்டணக் காலிட்டு
படுத்துக் கிடக்கிறது
அம்மனிதக் குரங்கு

மாரடித்து
அங்குமிங்கும்
அலைகிறது
கண்களை மூடி
பெரும் நினைவு
விடுபடக் கத்துகிறது
முத்தமிட்டுக் கொள்ளும்
அவர்களை
வினோதமாக கவனிக்கிறது
பின்பு தடம் பதித்து
உணவுத்தட்டை நோக்கி
நடக்கிறது.

O

பிளவுபட்ட தருணம்

கிழிந்த ரவிக்கையின்
மீதேறி இணைவை
அழுத்துகிறது
தையல் எந்திர ஊசி
சொற்கள் உடைந்து
பிளவுபட்ட தருணத்தில்
பிரயோகிக்கப்பட்ட நிகழ்வை
மறைத்தபடி
படபடக்கின்றன
அதன் றெக்கைகள்

☾

செல்ல மூக்கின் மீது ஒரு முத்தம்

கழுத்தில்
ஒரு முத்தம்
செல்ல மூக்கின் மீது
ஒரு முத்தம்
பின் காதோரம்
முத்தம் முத்தமாக
அவன் தந்து கொண்டிருந்த
தருணத்தில்
தனியே சாலையில்
பயணித்த ஸ்கூட்டியிலிருந்து
பிசகி கீழே விழுந்தாள்
பின்பு
சுற்றும் முற்றும் பார்த்தபடி தன்
ஸ்கூட்டியின் சிறு சக்கரத்தைக்
காலால் உதைத்தாள்.

தாகம்

மதியவெயிலில்
விற்காத கீரைக்கட்டுகளுடன்
என்ன தாகமோ
வேர்க்க வேர்க்க
தேனீர் பருகிக்கொண்டிருக்கிறாள்

☾

கோணம்

கரும்புக்காடு எரியுது
கரும்புக்காடு எரியுது

பதறிய மக்களின் நடுவே
செய்வ தறியாது
சீனிப்புகையாக
கரும்பின் நறுமணம்
அவ்வெளியெங்கும்
திகைத்து நின்றது.

○

கருணை

கீரை தந்து
தொட்டு வணங்கும்
வயோதிகரை
அண்ணாந்து பார்த்தது
மார்க்கெட் பசு

ஒளிரும் உருவங்கள்

இராமேஸ்வரம் கடலைப் பார்த்து
சதா குரைத்துக்கொண்டிருக்கிறது
ஒரு எல்லையோர ரோந்து நாய்

ஒருவேளை அதன்
ஒளிரும் கண்களுக்குத்
தெரிந்திருக்க கூடும்

வசிப்பிடமின்றிக் கடலில்
அலைந்து கொண்டிருக்கும்
உருவமற்ற
எம் மக்களை

O

வீட்டு மிருகம்

புறநகர்ப் பகுதியில் நான்கு புறமும்
சுவரெழுப்பிய வீட்டில் அவிழ்த்துவிடப்பட்டிருந்தது

தேவைகள் யாவும் அதன் அலுமினியத் தட்டில்
பூர்த்தியாகுமா என அறிந்ததில்லை ஆயினும்
தட்டுடன் அதன் மகிழ்வின் வால் இசைந்திருந்தது
விறைத்த உள்ளங்கையென கோழிக்கால்கள்,
மாட்டெலும்பு, பிச்சிப்பூ நிறத்தில் தயிர்சாதம்
சிலசமயம் முட்டைகள் கூட
அதன் தட்டில் விழுந்திருக்கக் கண்டேன்
உணவு இல்லையெனில் தட்டை
வாயில் கவ்வி இடமும் வலமும்
ஆட்டும் வினோதம் அச்சமூட்டுபவை

தட்டைக் கழுவ
எடுத்துச் செல்லும் மனிதர்களைத்
தன் செவலைநிறக் காதுகளைத் தூக்கி
ஒளிரும் கண்களுடன் கவனிக்கும்

ஒருநாள் கன மழையில்
உட்புகுந்த நீரில் உயிர்பெற்ற தட்டு
மிதந்து வெளியேற சித்தமானது

வெளியே தாவி நீந்தித் தட்டை
வாயில் கவ்வி தன் உடைமையுடன்
திரும்பியது அந்த வீட்டு நாய்.

○

காஞ்சிக் கவிஞன்

கைத்தறியின்
நூல்பிடித்து நகருக்குள்
நம்பிக்கையின் தெரு வழியே
அவன் நுழைந்து
நிறுத்தியிருந்தசைக்கிள்
இன்னும் அங்கேயே நிற்கிறது
அத்தெருவில்...

காஞ்சி பட்டுப் பாதையில்
தப்பிய அவனது
பட்டாம் பூச்சிகள்
இந்நகரெங்கும்
இன்றும் பறக்கின்றன.

மெலிந்தவன்
தான் விற்ற சொற்களில்
மறக்காமல்
அருகில் இருந்த எனக்கும்
ஒரு கவளம்
அள்ளி வைப்பான்
அந்நாளில்...

அவன் காலத்தை
நெருங்கி சமைத்து உண்டது
கருணையற்ற
சிதையின்
அவசர நெருப்பு.

தந்தையின் மீது விசுவாசத்தையும்
மகனின் உள்ளத்தில்
கடல் சூரியனையும்
அவன் புதைத்ததைக் கண்டிருக்கிறேன்.

மெட்டில் விழுந்த அவன்
தேகம் போன்ற சொற்கள்.
ஆன்மாவில் நுழைந்த
சமுத்திரம்,
பலருக்கு கரைகாட்டும்
விளக்கு,
காதலுக்கு அணையாச் சுடர்,
மகளுக்கு நெற்றி முத்தம்,
தந்தைக்கு பாத நீராட்டு
நண்பனுக்கு துணை வரும் நண்பன்.
மனைவிக்கு அன்பின் தெய்வம்.

மெல்ல நெருங்கிடும் போது
நீ தூரப்போகிறாய்
என்றெழுதிய
பின்
அவன் சிரிப்பில்
ஒரு புத்தர் தனது பாயை சுருட்டினார்.

என் நேரமதில் விடைபெறும் நாளில்
நன்றியின் பெயர்களில்
அவன் பெயரும்
ஒலிப்பேன்.

பாதியில் பிரிந்தவனே

பூலோகம் வாழ்பவனே
அமரனே
என் முத்துக்குமரன்.

அவனை வழியனுப்ப மனமின்றி
முதலில் வந்த
எனது
தலைமாட்டில்
நான் விடைபெறும் நாளில்
நின்றிருப்பான்

தன் பால்யத்தின்
பலூன்களைமெழுகென விண்ணில்
ஏற்றி வைப்பான்.

அத்தெருவில் நின்றிருக்கும் சைக்கிளில்
என் சிதைவரை உடன் வருவான்
ஆதவனை சுமந்தபடி
என் தமிழ்க்கவி.

(நண்பன் நா.முத்துக்குமார் நினைவாக)

⚫

வைராக்கியம்

உனக்கு கால்கள் உண்டு
தப்பிக்கொள்

ஓடிப் போய் விடு
சந்திரோதய நாளில்
வட திசையில் ஓடு

அங்கு வனப்பாதை வழியுண்டு
அவ்வழியே போய் விடு

என்னை அழைக்காதே
எனக்கு கேளிக்கையில்லை
வேடிக்கையில்லை

எதையும் எளிதாக விடமுடியாது.
இரண்டில் ஒன்று
இங்கேதான்.

எனக்கிருப்பது கால்கள் இல்லை
ஊடுருவிய
வேர்.

எட்டயபுரத்தவரின் தோழர் வ.உ.சி

சுதந்திர சுதேசிக் கப்பல்கள்
ரெண்டும்
திசை தப்பியது சித்தம்
கலங்கிய நின்
தம்பிக்கு
கடல் ரத்தமானது,

உமது சுத்த
நண்பர் சுப்பிரமணிய சிவம்
தொழு நோயில் வீழ்ந்தது

எட்டயபுரம்
சமஸ்த்தானத்தின் வெகுமானம்
தவிர்த்து
தேசாபிமானம் காத்து
பெருமை சூடி
வறுமைப் பரிசை மடியில் ஏந்தி

உமக்கு முன்னமே
கால்கள் தரையில்
அரற்றி பராசக்தி என்றே
கவி பாரதி
மாண்ட கதையும்

உம் பழி தீர்க்கவே
இதயமில்லா ஆசை
இதயப்பகுதியில்
சுட்டபின்

பேச
நாக்கு பிழைக்கக் கூடாதென
தன் வாய்க்குள் சுட்டு மாண்ட
வாலிபன் வாஞ்சி
வாங்க ஆள் இல்லா பிணமான
கதையும்
கர்மவீரன் காமராஜ்
நின் கர்மம் போற்றி நின்றதும்

சுயராஜ்ஜியம் என் பிறப்புரிமையென்றே
உம் நெற்றித் திலகமான திலகரும்,

சட்டம் பயின்ற
வழக்கறிஞர்
சட்ட உதவி நாடியதும்,

நீர்
மாடென சுற்றிய
கோவை சிறையின்
எண்ணை செக்கை கும்பிட்டு
நான் சுற்றி வருகையிலே
ஒவ்வொரு இதழாக
உள்ளத்தோடி மலர்ந்ததய்யா
சுதந்திரக்கதைகள்

கண்ணில் உருகியது
நன்றியெனும்
உணர்ச்சிப் பெருங்கடல்
சொற்களாகவே
வாழ்க வாழ்க.

○

குரு அறிதல்

உயிரோடு இருப்பதென்பது
கவனமாக இருப்பது

கவனமாக
இருப்பவன்
இரையின் மீது
மையம் கொண்ட
சிறுத்தை..

வெறும்
ஆசைகள் நிரம்பியவன்
புகார் பெட்டியின் மீது
படுத்துறங்கும் பூனை.

லட்சியத்தின் பாதை நீண்டது
திரும்பவும் சொல்கிறேன்.
திரும்பாமல் போ

நேர்மையாக
உழைப்பவனுக்கு
வித்தை
விரைவு வண்டி.

காற்றுள்ள போது
தூற்றிக் கொள்
காற்றைத் தூற்றாதே..

ஆடிமாதம் தான் அதற்கும்
ஆகாயம் தொடும்
பலம்.

அறிவாய்
என் விழுதே..

◯

சீனு ராமசாமி

வாழ்ந்தது

அக்ரஹாரம் அழகாக
இருக்கிறது

சுப்ரமணிய பாரதியும்
லோகத்தில் இருக்கிறார்

தூக்கிக் கொஞ்ச,
குப்பை சாம்பல் மேட்டில்
தாயோடு புரண்டு அலுப்பு நீக்கும்
கழுதைக்குட்டியைதான் காணவில்லை.

அகிலம் முழுவதும்
கேட்கும்படி இசைக்கும் இன்னாசிகள்
நலமே

ஜன்னலில் வந்து குந்தி
கொஞ்சும்
சிட்டுக்குருவிகள் எங்கய்யா?

வானவில் உண்டு
வண்ணங்கள் அள்ளித் தெளிக்க
கம்பெனிக்காரன்
இங்குண்டு ஆனாலும் இல்லை
அதிரூப பொன்வண்டு

தேனுண்டு
தினை மாவுண்டு
இயற்கை அழகுக்குப் பஞ்சமில்லை,

ஓயாது வழி நடத்த
இயற்கை மருத்துவரும் இங்குண்டு
ஆனாலும் தென்படவில்லை
கண்ணழகி மைனா
கழுத்தழகி தேன்சிட்டு,

பூவுண்டு
பூமிக்குக்கீழே ஊருக்கு போக
ரயிலுண்டு

சுரங்க
அரங்கத்தில்
ஆடிப்பாட சுவைமிகு வெளிநாட்டு
திரவம் உண்டு

உழுத கழனிக்குள்
ஒரு மண்புழு தான்
தலைதூக்கிப் பார்க்கவில்லை

ஏனோ என் ஜனமோ
குனிந்தும் பார்ப்பதில்லை.

◐

சீனு ராமசாமி

நள்ளிரவு மூன்று மணி

அவரோ கணத்தில் உச்சஸ்தாயியில்
பிடி நழுவி
ஆரோகணத்தில்
சரிந்து
சுதி குறையாமல் மெதுவாக
நாசிக்காற்று மலைப்பிரதேச அறைக்குள்
நுழையும் பனிப்புகை போல
இதமாக வெளியே இறங்க

கண்கள் சொருகி
தலை கவிழும் சந்தர்ப்பம் பார்த்து
பிளேடு கத்தியால் அவன்
தொண்டையை
அறுத்து விட்டேன்.

ரத்தம் மிச்சக்காற்றோடு
!பீச்சத் தொடங்கியது

அறையில் இருந்த
பழைய கித்தாரை எடுத்து
கத்தியபடி
இசைத்து
நடனமிட்டேன்.

அப்போது
நள்ளிரவு மூன்று மணி.

சமாதானமாகாத
அவ்விரவு
இசைமயமாக
இருந்தது.

உருகும் விண்ணப்பம்

வெய்யில் ஏற ஏற
உமது சிலுவையின்
நிழல் சிறுத்து
மெலிந்திடும் பதட்டமான
இவ்வேளையில்
ஆண்டவரே
செய்வதறியாது
பதறுகின்றன
உருகும் பிரார்த்தனை
மெழுகின் சுடர்கள்.

காயத்தோடிருக்கும்
உம் முன்
மண்டியிட்டுக்
கேட்கிறேன்

யானை மரபின்
முந்தைய
குழந்தைப் பருவமாக
நிழலில் வரிசையாக ஊர்ந்து
வீடடைய எத்தனிக்கும்
இப்பிள்ளையார் எறும்புகளின்
பாதைக்கு நீரே பொறுப்பு..

நிழல் அடர்த்தியைப்
பெருக்குவீராக..

◯

சீனு ராமசாமி

ஓர் இசைராஜனுக்கு

உன் நிலத்தை
உன் இனத்தை
உன் சப்த நுட்பங்களை
உனது ராக நேர்த்தியை

அடித்தொண்டையில்
நீ தரும் அந்த
முத்தத்திற்காகவும்

அந்தி மேவும் ஊரில்
கம்மாய்க் கரையோரம் ஈர்த்த
பெண்ணைப் போல்
உன் வெள்ளந்தி வெடிச் சிரிப்பிற்கும்

என் சிறுநகரில் இருந்து
ஒரு கூடை நிறைய
பன்னீர் புஷ்பங்களை
உன் பாதங்களில்
சமர்ப்பிக்க வருகிறேன்.

கணிகை மை வைத்து மசக்கிய
அடிமை போல
ஓட்டமும் நடையுமாக
உனது இருப்பிடம்
தேடி வருகிறேன்.

உனது இசையைக் கேட்க
இறுக்கம் தளர்கிறது,
சாந்திக்கிறேன்,

எல்லோரையும்
மன்னிக்கிறேன்,

மன்னிப்புக்
கேட்கிறேன்,

மயங்கித்தான்
வருகிறேன்.

என் ஆயுளே
அதில் ஒடுங்கிப்போனது.

இசைஞனே இலக்கியத்தில்
இருந்து வந்தவன் சொல்கிறேன்

ஒரு வயலின்
வரலாறே உனக்கு
முழுதாகத் தெரியாது.

தெரிய வேண்டியதும் இல்லை,

ஒரு மகாப் பிரபுவைப் போல
உன் ரசிகர்களுக்கு
கையசைத்துக் கொண்டிரு..

மௌனமாக
இரு

அதுதான்
இவ்வுலகிற்கு
நீ தரவேண்டிய இறுதி இசை

(பண்ணைப்புர தெருக்களுக்கு)

○

சீனு ராமசாமி

உன் நாமம் பாடியவன்

பசியறியாதவர்கள் முன்னே
பசியின் குரலில்
யாசகன் கேட்பவன்
கவனிக்கப்படாத
பனிக்கால சூரியன்.

செருப்பில்லாத
பாதங்களுக்குத்தான்
தெரியும்
செம்மண்
சகதி
நரகல்
ஸ்தலத்தின் பாதை
நீர்வற்றிய
கிணறு
சமுத்திரக்
கரையில்
இருப்பது துன்பம்.

கலவி கூடி
பெற்ற பிள்ளையை
தகப்பன் நானில்லை
என்போனுக்கும்
வையத்தில் பெய்யும்
தாயோழி மழை.

நீ
பனிக்கத்தியை
வயிற்றில் குத்திய போதும்
உன் நாமம்
பாடினேன்.

நீ ஈரக்குலையை
பிதுக்கிய தருணத்தில்
நெற்றிப் பொட்டில்
முத்தமிட்டேன்.

செவிடனுக்கு
நாய் குரைப்பது
பதட்டத்தை உண்டாக்காது

தர்மம் மின்விசிறியில்
தொங்கும் பிணமில்லை
உருவமின்றி
அலையும் வாளுடைய தாய்.

பிறக்கும் போதே வலது கையில்
எந்தக் குழந்தைக்கும்
எழுதப்படவில்லை
தின்பண்டம் திருடும் யுத்தி.

பாலைவனத்தில் நம்
நினைவார்த்தமாக உன் பெயர் சொல்லி
நான் நட்ட பேரிச்சைச் செடி
மரமாகும் காலத்தில்
உனக்குப் புரியக்கூடும்.

வரலாறு என்ற சொல்லே
அது திரும்பும் தன்மையினால்
உண்டான காரணப் பெயர்

நான் திரும்பும்
வரலாறு.

○

சீனு ராமசாமி

நீர்ப்பாதைகள் உண்டு

நிலத்தின் நீரோட்டப் பாதைவரை
 ஊடுருவி
பள்ளம் பறிக்கும் ரசாயன
குண்டுகள் சோதனைக்கு
விழுந்த தடத்தை,

கடலில்
நினைவின் ரணத்தோடு
இருமுறை பெருமூச்செரிந்து
வான் நோக்கி தலைதூக்கும்
திமிங்கலத்தின் அடிவயிற்றில்
முளைக்கட்டும்
பூமிக்குள் நுழையும் கால்கள்.

O

தாய்கள்

கிளை பிடித்துத் தாவி
மறு கிளையில் தொங்கி
அவனுக்கு
விளையாட்டு காட்டுகிறது
மந்திக்குட்டி

தப்பாமல்
இருக்க
குறி வைக்கிறான்
வேட்டை ஆள்

பறவைகள்
காட்டுயிர்கள்
சிற்றோடை மீன்கள்
வனதெய்வங்கள்
பாய்ந்த குண்டொலியில்
ஸ்தம்பித்தன

தாயின்
அடிவயிற்றிலிருந்து வந்த
பேரொலி போல்
கானகம் வாய் திறந்தது

மரம் ஒரு
குண்டை
நெஞ்சில் தாங்கியிருந்தது

ஒவ்வொரு
மரமும் கைப்பற்றி
கைமாற்றி
தூக்கிச் செல்கின்றன
பிள்ளையை

சீனு ராமசாமி

பராசக்தி

கனவு ஒன்று
அவனைப்போல் காண்பவன்
என்பதாலோ
என்
வாழ்வுக்குள் வாழ வந்தனன்
மகாகவி,

காணி நிலம் வாங்க
கோடி நிலம் பார்த்திருப்பேன் சாமி

கைகூடா நேரந்தான்
கால் இடறிய
காலம்

குனிந்து நிமிர்ந்த
பொழுதுக்குள்
போய்ச் சேர்ந்தன
நாளெல்லாம்,

சொந்த வீடற்று வாழ்ந்தவன்
சொந்த ஊரற்ற
ஓடும் தண்ணீர்,
கூடாரம்
இன்றி
வாத்துக் குஞ்சுகள்
தாயோடு
திசை தப்பி அலைவதாக
துன்புறுத்தும் கனவுக்கும்
எனக்கும் தொடர்பறியேன்.

ஒரு வீடு
எனக்கு வேண்டும்
பராசக்தி,
நான் வாழ,

பொறுத்திருந்து
தூக்கிச் செல்ல...

◯

மின் பாய்தல்

கேட்டேன்
பதில் இல்லை

அதற்கும் மின்சாரத்திற்கும் தொடர்புண்டு

மின்சாரமில்லாத கிராமங்கள் இருள் தொலைத்த
தருவாயிலும்
புற நகரங்கள் தோன்றத் தொடங்கிய காலகட்டத்தில்
படுக்கையறையில்
பெண்ணின் முகபாவ உணர்ச்சிகள் பார்ப்பதற்கான
சந்தர்ப்பம் இன்றி கேட்கும்
இரவின் ஆண்களெனில்
பெண்கள் படுக்கையில் முதலில் அணைப்பது
விளக்கைத்தான்
என்கிற வரலாற்று உண்மை புரிதல் காண்பீர்.

வெள்ளித்
திரையில் சத்தத்தோடு அழகுற காட்டிய சில்க்
சுமிதாதான்
தனிமை ஏக்கத்தின் மீது கலவி இசையை
முக பாவத்தால் இசைத்த பன்னீர் புஷ்பம்.

இவ்வகை உணர்ச்சிகள் காட்டத்துணிந்த சில
பெண்களில் கருத்த மாநிற உதட்டழகி அவளே
ராணிக்களின் தேனீ.

நிராசையின் சேலையால் தன் கழுத்தை இறுக்கி
விடைபெற்ற ஸ்மிதா
அவர் வசித்த
தனித்த சிறிய பங்களா வீடு
அடுக்குமாடியாக மாறியிருந்தது
அதற்கும் கொஞ்சம் வயசாகியிருந்தது.

அங்கு சகல ஊதுபத்திகளின் கலவை வாசனையை
என்னால் நுகரமுடிந்தது

அது அவருக்கு அஞ்சலி செலுத்தும் விதமாக
ஊறுகாய்க்கு பயன்படும் சாட்டைக்காய்கள்
காய்த்திருந்த மந்தாரை வம்சத்தின் ரோஸ்
நிற மலர்கள் பூத்த மரம் ஒன்று தன் பூக்களின்
வாசனையின் மூலம் அன்பை செலுத்திக்
கொண்டிருந்தது.

அது நெகிழ்வாகவும்
இயற்கையின் குறியீட்டுக் கவிதையாகவும் பட்டது
இடையில் ஊடுருவியிருந்த மின்சாரக்கம்பிகள்.

உதிர்ந்திருந்த ஒரு அன்பான மலரை கையில்
எடுத்தேன்.

◯

தொற்றுடையாள்

இடைவெளியில்லாமல் என்னுள் ஒளிர்ந்தனள்

உயிரே உன்னிடம்
இடைவெளி எங்ஙனம் காப்பேன்

நோக்கினால் மனந்தொற்றிப் பரவும்
நோயே

உந்தன் கண்களை
எக்கணம் சேர்வேன்

முத்தம்
விடுதலை எனில்
முகத்தினை
எப்படி
கவசச்சிறையில்
மறைப்பேன்?

உடம்பை நோய் தாக்கும்
நினைவை?

உன்
நினைவின் நிழலை
என்செய்யும்?

இளமையில் உணர்ந்த கரங்களின் இணைவின்
வெம்மையை எந்நீரில் கழுவினால் போகுமோடி

எந்த நோயும்
நீங்கிவிடும்
சமூகப் பரவலான
காதலோ
விலகினால் பரவும்
எதிர்த்தால் வளரும்
அணைத்தால் அல்லவா
அன்பில் அமைதியுறும்

நிறைவேறா வெம்மை கண்களில் தேக்கி
நீயில்லாமல்
பேசுகிறேன்
எதிரே
நீயாக
மாறியும்

(தொற்றில் மறைந்த
கல்லூரிப் பருவத்து ஸ்நேகிதிக்கு)

○

எதிர்வினை

பாம்பு தலைவிரித்து விரைந்து தரையிலடிக்கும்
கோபத்தின்
சத்தம்.

குரங்கு அருகில் சினக்கும்
பாய்ந்து பல் எடுக்காது.

இடதுபக்கம் குத்திய கொம்பு ரத்தம் காணாது
விடாது காளை.

தொடையை அல்ல
தோள்ப்பட்டை கவ்வும் ராஜபாளையம் வெள்ளை
நாய்.

கிடா பாய்ந்து இடுப்பொடிந்து செத்த கிழவனுண்டு
நுனிமூக்கு
கோபம் அதற்குண்டு,

கட்டுவிரியன் தான்
சுரட்டை பாம்புதான்
மிதித்தால்
நகத்திலும்
ஏறிவிடும்
விஷம்.

எமக்கும் உண்டு
காட்டக் கூடாது.